ആനന്ദകൃഷ്ണൻ എടച്ചേരി

ജനനം: കാസർഗോഡ് ജില്ലയിലെ പുതുക്കൈ.

പിതാവ് : കെ. കൃഷ്ണമാരാർ, മാതാവ്: ഇ.വി. പാർവതിയമ്മ.

ഉപ്പിലിക്കൈ ഗവ.യു.പി സ്കൂൾ, നീലേശ്വരം രാജാസ് ഹൈസ്കൂൾ, കാഞ്ഞ ങ്ങാട് നെഹ്റു കോളേജ്. മലയാളത്തിലും ഹിന്ദിയിലും ബിരുദം. ഹിന്ദി ഭാഷ, സാഹിത്യം എന്നിവയിൽ രണ്ട് ബിരുദാനന്തര ബിരുദങ്ങളും ബി.എഡും. വിദ്യാ ഭ്യാസത്തിൽ മാസ്റ്റർ ബിരുദം.

കൃതികൾ: തിരിച്ചറിവ് (കവിതാ സമാഹാരം), ഹൃദയത്തിന്റെ വിളി (കബീർ ച രിതം), ആവാസ് ദിൽ കീ (കവിതാ സമാഹാരം), കൈയ്യൊപ്പ്, പൂന്തേൻ, മഴയ ത്തും വെയിലത്തും, കിളി ചിലക്കുമ്പോൾ, പുതു വെളിച്ചം, തൂലിക (ബാലസാ ഹിത്യം).

പുരസ്കാരങ്ങൾ: കാവ്യശ്രീ സാഹിത്യ രത്നം, തുഞ്ചൻ കവിതാ പുരസ്കാ രം 2020, തുളുനാട് സാഹിത്യ പുരസ്കാരം, കേരള വിദ്യാഭ്യാസ വകുപ്പിന്റെ കവി യരങ്ങ് പുരസ്കാരം, DD ഭാരതി കാവ്യശ്രീ അവാർഡ് 2022, അടൽ സാഹിത്യ സ മ്മാൻ, 2022 ലെ ദേശീയ സാഹിത്യ പുരസ്കാരം, നൂതൻ വർഷ് സാഹിത്യ സ മ്മാൻ 2023, കബീർ കോഹിനൂർ ദേശീയ പുരസ്കാരം 2023, സാഹിത്യ സാരഥി അവാർഡ്, വിശ്വ ഹിന്ദി ഗൗരവ് സമ്മാൻ, കാവ്യ ശിരോമണി സമ്മാൻ, സൗഹാർ ദ് സാഹിത്യ സമ്മാൻ 2023.

മുന്നാട് ഗവ.ഹൈസ്കൂളിലെ ഹിന്ദി അധ്യാപകൻ. സപര്യ സാംസ്കാരിക സ മിതിയുടെ സംസ്ഥാന ജനറൽ സെക്രട്ടറിയായി പ്രവർത്തിച്ചു വരുന്നു.

ഭാര്യ   : ജ്യോതി. മക്കൾ : അഭിനീത്, അഭിനന്ദ്.
വിലാസം : സരയൂ, ചേടിറോഡ്, ഉപ്പിലിക്കൈ പി.ഒ, നീലേശ്വരം,
            കാസർഗോഡ് ജില്ല-671314
ഫോൺ   : 8921687227
Email   : anandakrishnanedacheri@gmail.com

Malayalam Language
Mahatma Gandhi
(Biography)
by
Anandakrishnan Edacheri

♦

Published in April 2023
by Kairali Books Private Limited
Thalikkavu Road, Kannur.
Ph : 0497-2761200
Email : kairalibooksknr@gmail.com

♦

Cover Design
Prasanth Mangad

03/23-24/SI.No.1429/500/NS 18.6
ISBN 978-93-94472-47-1

മഹാത്മാഗാന്ധി

ആനന്ദകൃഷ്ണൻ എടച്ചേരി

കൈരളി ബുക്സ്

എല്ലാവരുടേയും ഗാന്ധിജി
സുകുമാരൻ പെരിയച്ചൂർ

ലോകത്ത് ഏറ്റവും കൂടുതൽ എഴുതപ്പെട്ട മഹാനാണ് മഹാത്മാഗാ സ്ധി. ആകാശവാണിയിൽ കേട്ട ഒരു ദേശഭക്തിഗാനത്തിന്റെ വരികൾ ഓർമ്മവരുന്നു. ഗാന്ധിജിയെ ഞങ്ങളാരും കണ്ടിട്ടില്ല എന്നായിരുന്നു ആ പാട്ടിന്റെ തുടക്കം. ഗാന്ധിജിയെ പുതുതലമുറ കണ്ടിട്ടില്ല. സത്യമാണ്. പക്ഷേ ഗാന്ധിജിയെ വായിക്കാത്തവർ ആരുമില്ല. സർവമതക്കാരും സകല രാഷ്ട്രീയക്കാരും ഒരേ പോലെ ഉച്ചരിക്കുന്ന നാമമാണ് മഹാത്മ ജി. ലോകത്ത് ഏറ്റവും കൂടുതൽ എഴുതപ്പെട്ട ഗ്രന്ഥങ്ങൾ ഗാന്ധിജിയെ ക്കുറിച്ചാണ്. അഹിംസയുടെ പ്രവാചകൻ ഗാന്ധിജിയാണ്. എവിടെ യുദ്ധ ചിന്തകൾ ഉടലെടുക്കുന്നുവോ അപ്പോൾ നാം ഗാന്ധിജിയുടെ അക്രമ രാഹിത്യ സിദ്ധാന്തം ഓർക്കുന്നു. എവിടെ അനീതിയുണ്ടോ അതിനെ പ്രതിരോധിക്കാൻ ഗാന്ധിയൻ ചിന്തകൾ ഓടിയെത്തും. ഭാരതമഹാരാ ജ്യത്തിന്റെ അടയാളനാമമാണ് മഹാത്മജി.

കരതലാമലകമായ് ഇന്ത്യയെ കണ്ടൊരു കർമ്മയോഗി വാണിരുന്നു എന്ന ദേശഭക്തിഗാനം മനസ്സിൽ താളമിടുകയാണ് ആനന്ദകൃഷ്ണൻ എടച്ചേരിയുടെ മഹാത്മാഗാസ്ധി വായിക്കുമ്പോൾ. ഗാന്ധിജിയുടെ ജീവ ചരിത്രം ലളിതവും സുന്ദരവും സമഗ്രവും ആയി രേഖപ്പെടുത്തുന്നു ഈ ലഘുഗ്രന്ഥത്തിൽ. ഗാന്ധിജിയുടെ ജീവിതവേളകളിലെ ഇതുവരെ അ റിയപ്പെടാത്ത കാര്യങ്ങൾ എത്ര സുന്ദരമായാണ് ഈ ഗ്രന്ഥത്തിൽ വര ച്ചു കാട്ടിയിരിക്കുന്നത്.

മഹാകവി വള്ളത്തോളിന് ഗാന്ധിജി എന്റെ ഗുരുനാഥൻ ആയപ്പോൾ ഓരോ ഭാരതീയനും ഗാന്ധിജി വിശ്വഗുരുവായി മാറി. ഗാന്ധിജിയെ ഭാര തത്തിന്റെ കറൻസി നോട്ടുകളിൽ നാം പ്രതിഷ്ഠിച്ചപ്പോൾ സത്യവും അഹിംസയും ലോകം മുഴുവൻ പ്രവഹിക്കട്ടെ എന്ന സന്ദേശമാണ് നാം ലോകത്തിന്റെ മുന്നിൽ വെക്കുന്നത്. മഹാത്മജിയെക്കുറിച്ച് അറിയാൻ ആനന്ദകൃഷ്ണൻ എടച്ചേരിയുടെ 'മഹാത്മാഗാസ്ധി' എന്ന ജീവചരി ത്രഗ്രന്ഥം ഏറെ പ്രയോജനപ്പെടും.

ഉള്ളടക്കം

ഗാന്ധിജിയുടെ
കുട്ടിക്കാലവും പഠനവും

മഹാഭാരതത്തോളം പഴക്കമുള്ള ഒരു നഗരം. അതാണ് പോർബ ന്തർ. ഈ നഗരം ചരിത്രത്തിലേക്കുയർന്ന് വന്നത് രാഷ്ട്രപിതാവി നൊപ്പമായിരുന്നു. പോർബന്തർ മഹാത്മാഗാന്ധിയുടെ ജന്മസ്ഥലം എന്ന നിലയിലാണ് ചരിത്രത്തിലിടം നേടിയിരിക്കുന്നത്. ശ്രീകൃ ഷ്ണന്റെ സുഹൃത്തായ സുദാമായുടെ ജന്മസ്ഥലം എന്ന നിലയി ലാണ് വിശ്വാസികൾ പോർബന്തറിനെ കാണുന്നത്. ചരിത്രകാര ന്മാർക്കാകട്ടെ ഇവിടം പുരാതനമായ ഹാരപ്പൻസംസ്കാരത്തിന്റെ വേരുകൾ പടർന്നിറങ്ങിയ ഇടവുമാണ്. 1869 ഒക്ടോബർ 2 -ാം തീയ്യതി ഗുജറാത്തിലെ പോർബന്തറിലാണ് മഹാത്മാഗാന്ധി ജനി ച്ചത്. സുദാമാപുരി എന്ന പേരിലും പോർബന്തർ അറിയപ്പെടുന്നു ണ്ട്. ഗാന്ധിജി തന്റെ കുട്ടിക്കാലം ചെലവഴിച്ചത് പോർബന്തറിലാ ണ്. പോർബന്തർ ഒരു പ്രാചീന തുറമുഖമാണ്. ആ കാലഘട്ടത്തിൽ വിദൂരദേശങ്ങളിൽനിന്ന് വ്യാപാരികൾ കച്ചവടത്തിനുവേണ്ടി പോർബന്തറിൽ എത്തിച്ചേരുക പതിവായിരുന്നു. ഗാന്ധിജിയുടെ തറവാടും പോർബന്തറിലാണ്. അദ്ദേഹത്തിന്റെ അച്ഛൻ കരംചന്ദ് ഗാന്ധി പോർബന്തറിലെ പ്രധാനമന്ത്രിയായിരുന്നു.

കുടുംബസ്നേഹമുള്ളവനും സത്യശീലനും ധൈര്യവാനും ഉദാ രമനസ്കനുമായിരുന്നു കരംചന്ദ് ഗാന്ധി. എന്നാൽ ചെറിയൊരു മുൻകോപിയും കൂടിയായിരുന്നു അദ്ദേഹം. കാബാ ഗാന്ധി എന്നു അദ്ദേഹം അറിയപ്പെട്ടു.

ഗാന്ധിജിയുടെ അമ്മ പുത്‌ലീഭായ് ആഴത്തിലുള്ള മതാത്മക ജീവിതം നയിച്ചു. തന്റെ പതിവ് പ്രാർത്ഥന നടത്താതെ ഭക്ഷണ ത്തെപ്പറ്റി പോലും അവർക്ക് ചിന്തിക്കാൻ കഴിയുമായിരുന്നില്ല. സാമാന്യബുദ്ധിയുള്ള സ്ത്രീയായിരുന്നു പുത്‌ലീഭായി. രാജ്യകാ

ര്യങ്ങളെ കുറിച്ച് പോലും അവർക്ക് തികഞ്ഞ അറിവുണ്ടായിരുന്നു.

കരംചന്ദ് ഗാന്ധിയുടെയും പുത്‌ലീഭായിയുടെയും ആറ് മക്ക ളിൽ ഇളയവനായിട്ടാണ് മോഹൻദാസ് ജനിച്ചത്. ഒരു സാധാരണ ബാലൻ എന്നതിലുപരി ആ കുട്ടി രാജ്യത്തിന്റെ രാഷ്ട്രപിതാവായി മാറുമെന്നൊന്നും ആരും വിചാരിച്ചിരുന്നില്ല.

കുട്ടിക്കാലത്ത് ഗാന്ധിജി ഒരു നാണംകുണുങ്ങിയായിരുന്നു. മോഹൻദാസിന്റെ പ്രിയപ്പെട്ട മാതാപിതാക്കളും സുഹൃത്തുക്കളും അദ്ദേഹത്തെ 'മോണിയ' എന്നാണ് വിളിക്കാറുണ്ടായിരുന്നത്. മോണിയ അപൂർവ്വമായി മാത്രമേ വീട്ടിലുണ്ടാവൂ. ഭക്ഷണം കഴി ക്കാറാവുമ്പോൾ വരും. പിന്നെ വീണ്ടും കൂട്ടുകാരോടൊത്ത് പുറത്ത് കളിക്കാൻ പോവും. അവൻ ആരെയും ഉപദ്രവിക്കുമായിരുന്നില്ല. മോഹൻദാസിന്റെ കുട്ടിക്കാലത്ത് ചില നാടകസംഘക്കാർ പോർബ ന്തരിലും പരിസരത്തും നാടകം കളിക്കുവാൻ വേണ്ടി വരാറുണ്ടാ യിരുന്നു. ഒരുദിവസം 'ഹരിശ്ചന്ദ്രചരിതം' നാടകമാണ് ഉണ്ടായത്. മോഹൻദാസ് നാടകം കാണാൻ പോയി. അമ്മ വളരെ മുൻകൂട്ടി ത്തന്നെ നാടകത്തിന്റെ കഥ മകനെ ധരിപ്പിച്ചിരുന്നു. അതുകൊണ്ട് മുഴുവൻ രംഗങ്ങളും നന്നായി ആസ്വദിക്കുവാൻ ഗാന്ധിജിക്ക് കഴി ഞ്ഞു. സത്യത്തിന്റെ സംരക്ഷണത്തിനുവേണ്ടി രാജാ ഹരിശ്ചന്ദ്രൻ സകലതും ഉപേക്ഷിച്ച് ഒരു ചുടല കാവൽക്കാരനായി. അവസാനം തന്റെ ഓമനമകന്റെ ശരീരം സംസ്കരിക്കാൻ വന്ന സ്വന്തം പത്നി യെ മോഷണക്കുറ്റത്തിന് വധിക്കുവാൻ ഒരുങ്ങിനിൽക്കുന്ന രംഗം ബാലനായ മോണിയയെ അത്യധികം വേദനിപ്പിച്ചു. സത്യത്തിന്റെ അവസാനവിജയം ഗാന്ധിയുടെ മനസ്സിനെ കുളിരണിയിച്ചു. അങ്ങനെ ബാലനായ ഗാന്ധിജിയിൽ സത്യത്തോടുള്ള വിശ്വാ സവും മമതയും കെടാദീപമായി തെളിഞ്ഞുനിന്നു.

ഒരുദിവസം കൂട്ടുകാരുടെ കൂടെ കളിക്കാൻ പോയിട്ട് തിരിച്ച് വന്ന മോഹൻദാസ് (മോണിയ) അമ്മയോട് ഒരു സഹോദരൻ കളി യാക്കിയ കാര്യം പറഞ്ഞ് പരാതിപ്പെട്ടു.

'എന്നാൽ നിനക്ക് അവനെ അടിക്കാമായിരുന്നില്ലേ?' -അമ്മ ചോദിച്ചു.

അപ്പോൾ മോണിയ പറഞ്ഞു- 'അമ്മേ, ആളുകളെ അങ്ങനെ അടിക്കാൻ എന്നെ പഠിപ്പിക്കാമോ? ഞാൻ എന്തിന് എന്റെ സഹോ ദരനെ അടിക്കണം? ഞാൻ ആരെയും അടിക്കുകയില്ല.'

തന്റെ ചെറിയ മകന് അത്തരം ആശയങ്ങൾ എവിടെനിന്നാണ് ലഭിച്ചതെന്ന് അമ്മ അത്ഭുതപ്പെട്ടു. അച്ഛൻ പോർബന്തർ വിട്ട്

രാജ്കോട്ടിലെ ദിവാനായിരി
ക്കുമ്പോൾ മോണിയയ്ക്ക്
വെറും ഏഴ് വയസ്സായിരുന്നു.
മോണിയയെ രാജ് കോട്ടി
ലുള്ള ഒരു പ്രൈമറി
സ്കൂളിൽ ചേർത്തു. പിന്നീട്
സബർബൻ സ്കൂളിലും
ഹൈസ്കൂളിലുമായി പഠനം
തുടർന്നു.

ഹൈസ്കൂളിൽ പഠിക്കു
മ്പോൾ ഒരു സംഭവമുണ്ടായി.
ഇൻസ്പെക്ടർ മിസ്റ്റർ
ഗെയിൽസ് സ്കൂളിൽ പരി
ശോധനയ്ക്കാ യി എത്തിയി
രുന്നു. അക്ഷരജ്ഞാനം പരീ
ക്ഷിക്കാൻ അദ്ദേഹം കുട്ടികളോട് അഞ്ച് വാക്കുകൾ എഴുതാൻ പ
റഞ്ഞു. അവയിൽ ഒന്ന് കെറ്റിൽ (Kettle) ആയിരുന്നു. മോഹൻദാസ്
ഗാന്ധി അത് തെറ്റിച്ചു. അധ്യാപകൻ അദ്ദേഹത്തിന്റെ അടുത്തെത്തി
ബൂട്സിന്റെ അറ്റംകൊണ്ട് അടയാളം കാണിച്ച് തെറ്റ് തിരുത്തിക്കു
വാൻ ശ്രമിച്ചു. മോണിയ എന്ന മോഹൻദാസ് അത് ശ്രദ്ധിച്ചില്ല.
അടുത്തുള്ള കുട്ടിയുടെ സ്ലേറ്റിൽ നോക്കി സ്പെല്ലിംഗ് ശരിക്കെഴു
താൻ അദ്ദേഹം ആവശ്യപ്പെടുമെന്ന് ചിന്തിക്കുകപോലും ഗാന്ധിക്ക്
അസാധ്യമായിരുന്നു. എല്ലാ കുട്ടികളും സ്പെല്ലിംഗ് തെറ്റിക്കാതെ
എഴുതി. മോഹൻദാസ് മാത്രം വിഡ്ഢിയായി. കോപ്പിയടി എന്ന
കല അഭ്യസിക്കുവാൻ ഗാന്ധിജി ഒരിക്കലും തയ്യാറായിരുന്നില്ല.
എല്ലാ സമയത്തും മുതിർന്നവരുടെ ആജ്ഞകൾ പാലിക്കുവാൻ
അദ്ദേഹം തയ്യാറായിരുന്നു. എന്നാൽ മുതർന്നവരുടെ പ്രവൃത്തി
കൾ പരിശോധിക്കുവാൻ അദ്ദേഹം ശീലിച്ചിരുന്നില്ല.

ഒരുദിവസം അച്ഛൻ വാങ്ങിയ ഒരു പുസ്തകത്തിന്മേൽ ഗാന്ധി
ജിയുടെ ശ്രദ്ധ പതിഞ്ഞു. ശ്രവണന്റെ പിതൃഭക്തിയെക്കുറിച്ചുള്ള
ഒരു നാടകമായിരുന്നു അത്. വളരെ താല്പര്യത്തോടെ അദ്ദേഹം
അതു വായിച്ചു.

(അന്ധരായ മാതാപിതാക്കൾക്കുവേണ്ടി സ്വന്തം ജീവിതം ബലി
കഴിച്ച യുവയോഗിയായിരുന്നു ശ്രവണൻ. തീർത്ഥാടനത്തിനായി

മാതാപിതാക്കളെ ചുമലിൽ കൊണ്ടുപോകുമ്പോൾ രാമന്റെ അച്ഛ നായ ദശരഥമഹാരാജാവ് ആകസ്മികമായി എയ്ത അമ്പേറ്റ് അദ്ദേഹം മരണമടഞ്ഞു.)

ഏതാണ്ടിതേ കാലത്ത് സഞ്ചാരികളായ ചില പ്രദർശനക്കാർ കൊണ്ടുവന്ന ചിത്രങ്ങളിലൊന്ന് അന്ധരായ മാതാപിതാക്കളെ തീർത്ഥാടനത്തിനായി തോളിൽ വഹിച്ചുകൊണ്ടു പോകുന്ന ശ്രവ ണകുമാരന്റെതായിരുന്നു. ആ പുസ്തകവും ചിത്രവും ഗാന്ധിജി യുടെ മനസ്സിൽ മായാമുദ്രയായി അവശേഷിച്ചു. അദ്ദേഹം പകർ ത്തിയ ഏറ്റവും വലിയ മാതൃകയായിരുന്നു അത്.

ഭാരതത്തിൽ ആ കാലത്ത് ശൈശവ വിവാഹം പ്രചരിപ്പിച്ചിരു ന്നു. 'ബണിയ' സമുദായക്കാരായ ഗാന്ധികുടുംബവും ബാല്യവി വാഹത്തിന് എതിരായിരുന്നില്ല. അങ്ങനെ പതിമൂന്നാമത്തെ വയ സ്സിൽ മോഹൻദാസ് കസ്തൂർബയെ വിവാഹം കഴിച്ചു. ഏകദേശം ഒരേ പ്രായമായിരുന്നു ഇരുവർക്കും. താൻ ഒരു നാടകത്തിലെ കഥാ നായകനാണെന്നല്ലാതെ ജീവിതസഖിയെ തിരഞ്ഞെടുത്തിരിക്കു കയാണെന്ന് അദ്ദേഹത്തിന് തോന്നിയിരുന്നില്ല. മോഹൻദാസ് വിവാ ഹിതനായെങ്കിലും വിദ്യാഭ്യാസം പിന്നെയും തുടർന്നു.

ഷെയ്ക്ക് മെഹ്താബും മാംസഭക്ഷണവും

പഠനകാലത്ത് അദ്ദേഹം ഒരു ചീത്ത കൂട്ടുകെട്ടിൽ പെട്ടു. ഒരുദി വസം മോഹൻദാസ് തന്റെ ജ്യേഷ്ഠന്റെ സുഹൃത്തായ ഷെയ്ക്ക് മെഹ്താബിനെ കണ്ടു. ഷെയ്ക്ക് നല്ലൊരു സ്വഭാവത്തിന്റെ ഉടമ യായിരുന്നില്ല. മോഹൻദാസിന് ഇതറിയാമായിരുന്നു. പക്ഷേ, ഏതൊരു പുതുമയും രുചിച്ചുനോക്കുവാൻ വെമ്പുന്ന കൗമാരമാണ് പ്രായം. ഷെയ്ക്ക് ഒരു മാംസാഹാരിയായിരുന്നു. മാംസം കഴിച്ചാൽ ഉയരം കൂടുകയും ശക്തിവർദ്ധിക്കുകയും ചെയ്യുമെന്ന് പറഞ്ഞ് ഷെയ്ക്ക് പ്രലോഭിപ്പിച്ചു. അക്കാലത്ത് ധാരാളം സമ്പന്നരായ ആളു കൾ മാംസം കഴിക്കുവാൻ തുടങ്ങിയെന്നും പറയുന്നത് കേട്ടു. അങ്ങനെ മോഹൻദാസ് മാംസം പരീക്ഷിച്ചു.

ഒരിക്കൽ ഇതേ ഷെയ്ക്ക് തന്നെ പുകവലിക്കാനും പ്രേരിപ്പിച്ചു. ഇതിനെല്ലാം പണം വേണമായിരുന്നു. വീട്ടിൽനിന്ന് കിട്ടുകയുമി ല്ല. അപ്പോൾ മോഷണം വേണ്ടിവന്നു. മോഹൻദാസ് തന്റെ ജ്യേഷ്ഠ ന്റെ സ്വർണ്ണച്ചങ്ങലയുടെ ഒരു കഷണം കട്ടെടുത്തു വിറ്റു. അരുതാ ത്തതായിരുന്നു അത്. തെറ്റായിരുന്നു അത്. ഇതെല്ലാം ചെയ്യുമ്പോൾ മോഹൻദാസിന്റെ മനസ്സ് കുറ്റബോധംകൊണ്ട് നിറഞ്ഞിരുന്നു. അസ്വസ്ഥത വർദ്ധിച്ചപ്പോൾ ആ നാണംകുണുങ്ങി അവസാനം തെറ്റുകൾ ഏറ്റുപറഞ്ഞുകൊണ്ട് അച്ഛനൊരു കത്തെഴുതി.

അദ്ദേഹത്തിന്റെ ദുഃഖം കത്തിലെ ഓരോ അക്ഷരത്തിലും തെളി ഞ്ഞുനിന്നിരുന്നു. തന്റെ ഇളയമകന്റെ കുറ്റസമ്മതം അച്ഛനെ മുൻകോപത്തിന് ഇരയാക്കിയില്ല. വാത്സല്യത്താൽ അദ്ദേഹത്തിന്റെ കണ്ണുകൾ നിറഞ്ഞു. തെറ്റ് ആവർത്തിക്കില്ലെന്ന പ്രതിജ്ഞയോടു കൂടി അധികാരവും അർഹതയുമുള്ള ആളുടെ അടുത്തു നടത്തുന്ന നിർവ്യാജമായ കുറ്റസമ്മതമാണ് ഏറ്റവും വലിയ പ്രായശ്ചിത്തം.

കുറ്റസമ്മതത്തിലൂടെ തന്നെപ്പറ്റി തീരെ ഭയപ്പെടാനില്ലെന്ന ബോധം അച്ഛന് ഉണ്ടായി. അത് മോഹൻദാസിനോടുള്ള അദ്ദേഹ ത്തിന്റെ സ്നേഹത്തെ അളവറ്റതാക്കുകയും ചെയ്തു. അന്നുമുതൽ മോഹൻദാസ് അച്ഛനെ കൂടുതൽ സ്നേഹിച്ചു. നിത്യകൃത്യങ്ങൾക്ക് ശേഷമുള്ള സമയം മുഴുവൻ സ്കൂളിൽ പോകാനും അച്ഛനെ ശുശ്രൂ ഷിക്കാനും അദ്ദേഹം സമയം കണ്ടെത്തി. (16 –ാം വയസ്സിലെ കാര്യ മാണിത്.) പിന്നീട് അച്ഛൻ കിടപ്പിലാവുകയും അസുഖം വർദ്ധി ക്കുകയും ചെയ്തു. ഒരുദിവസം രാത്രി പത്തരയോ പതിനൊന്നോ ആയിക്കാണും. മോഹൻദാസ് അച്ഛന്റെ കാലു തടവിക്കൊണ്ടിരി ക്കുകയായിരുന്നു. കുറെസമയം തടവിയതിനുശേഷം കിടക്കാൻ പോയി. അഞ്ചാറുമിനിറ്റിനകം ഭൃത്യൻ വാതിൽക്കൽ മുട്ടി 'എഴു ന്നേൽക്കൂ, അച്ഛന് വളരെ കൂടുതലാണ്' എന്നു പറഞ്ഞു. ചാടിയെ ണീറ്റ് പോയി നോക്കുമ്പോൾ അച്ഛന്റെ ശ്വാസം നിലച്ചുപോയിരു ന്നു. മരണസമയത്ത് അച്ഛന്റെ സമീപത്ത് തന്നെ ഇല്ലാതിരുന്നത് നിർഭാഗ്യമായി മോഹൻദാസിന് അനുഭവപ്പെട്ടു.

ഇംഗ്ലണ്ടിലേക്ക്

ഹൈസ്കൂൾ പരീക്ഷ ജയിച്ചശേഷം ഗാന്ധിജി ഭാവനഗറിലെ സമൽദാസ് കോളേജിൽ ചേർന്നു. എന്നാൽ ആ കോളേജിലെ എല്ലാ കാര്യങ്ങളിലും വളരെയധികം ബുദ്ധിമുട്ട് അനുഭവപ്പെട്ടതി നാൽ ആദ്യ ടേം കഴിഞ്ഞപ്പോൾത്തന്നെ വീട്ടിലേക്കു മടങ്ങി. അങ്ങ നെയിരിക്കെ ഗാന്ധികുടുംബത്തിന്റെ ഉറ്റ സുഹൃത്തായിരുന്ന മാവ് ജി. ദേവ് മോഹൻദാസിനെ ഇംഗ്ലണ്ടിലേക്ക് അയച്ച് പഠനം നടത്ത ണമെന്ന് ഉപദേശിച്ചു. അച്ഛന്റെ സ്ഥാനത്ത് എത്തണമെങ്കിൽ ഇംഗ്ല ണ്ടിലേക്കയക്കുന്നതാണ് നല്ലത്. അപ്പോൾ ജ്യേഷ്ഠനും അനുകൂ ലിച്ചു. വിദേശത്ത് പോകുന്നവരെല്ലാം ദുശ്ശീലങ്ങൾക്ക് അടിമപ്പെ ടാറുണ്ട്. തന്റെ മകനും മദ്യം, മയക്കുമരുന്ന്, മാംസം, പുകവലി, അസാന്മാർഗ്ഗിക ബന്ധങ്ങൾ എന്നിവയ്ക്ക് അടിമപ്പെട്ടെങ്കിലോ എന്ന് അമ്മ ചിന്തിച്ചു. എന്നാൽ ഗാന്ധിക്ക് വിദേശപഠനം ഇഷ്ടമാ യിരുന്നു. അതിനാൽ മദ്യം, മാംസം വഴിപിഴച്ച ബന്ധങ്ങൾ എന്നി വയ്ക്ക് അടിമയാകില്ല എന്ന് അമ്മയുടെ മുന്നിൽ ശപഥം ചെയ്തു. സ്നേഹനിധിയായ അമ്മ അനുവാദം കൊടുക്കുകയും ചെയ്തു. അമ്മയെയും ഭാര്യയെയും ഏതാനും മാസങ്ങൾ മാത്രം പ്രായമുള്ള മകനെയും വിട്ടകന്ന് രാജ്കോട്ടിൽനിന്ന് ബോംബെയിലേക്ക് പോയ പ്പോൾ ഗാന്ധിജിക്ക് വളരെയധികം സങ്കടമായി.

1888 സെപ്തംബർ 4 ന് മോഹൻദാസ് ഗാന്ധി ബോംബെ യിൽനിന്ന് ഇംഗ്ലണ്ടിലേക്ക് കപ്പലിൽ യാത്ര പുറപ്പെട്ടു. യാഥാസ്ഥി തികരായ സമുദായനേതാക്കൾ ഗാന്ധിയുടെ വിദേശയാത്രയുടെ പേരിൽ ഒരുപാട് ബഹളം വെച്ചു. എന്നാൽ ക്രമേണ അതെല്ലാം ശാന്തമായി. ഏതാനും ദിവസത്തെ പരിശ്രമഫലമായി സസ്യാഹാരം ലഭിക്കുന്ന ഒരു ഹോട്ടൽ അദ്ദേഹം കണ്ടെത്തി. സസ്യാഹാരം മാത്രമേ കഴിക്കുകയുള്ളൂ എന്നുള്ള തന്റെ മാതാവിനോടുള്ള പ്രതിജ്ഞ പാലിക്കുവാൻ കഴിഞ്ഞതിൽ അദ്ദേഹത്തിന് അളവറ്റ

സന്തോഷമുണ്ടായി. ഇംഗ്ല ണ്ടിൽ എത്തിയശേഷം ഗാ ന്ധിജിയുടെ പ്രഥമ പരിശ്ര മം മെട്രിക്കുലേഷൻ പരീക്ഷ ക്ക് തയ്യാറെടുക്കുകയായിരു ന്നു. പരീക്ഷയിൽ ആദ്യത്ര വണ അദ്ദേഹം തോറ്റെങ്കി ലും അടുത്ത തവണ എല്ലാ വിഷയങ്ങളിലും പ്രശസ്ത മായ വിജയം നേടി. 1891 ൽ ഗാന്ധിജി ബാരിസ്റ്റർ പരീ ക്ഷ പാസ്സായി. അധികം വൈകാതെ തന്നെ ഒരു വ ക്കീലെന്ന നിലയിൽ അദ്ദേ ഹം കോടതിയിൽ പേര് ര ജിസ്റ്റർ ചെയ്തു. കോളേജി ലേക്ക് നടന്നുപോവുക, സ്വ ന്തമായി ആഹാരം പാകം ചെയ്ത് ഭക്ഷിക്കുക മുതലായ ശീലങ്ങളിലൂടെ ആഡംബരമില്ലാ തെ ജീവിക്കുവാൻ അദ്ദേഹം പഠിച്ചു.

ബാരിസ്റ്റർ ബിരുദം നേടിയതിനുശേഷം 1891 ൽ തന്നെ ഗാന്ധി ജി ഇന്ത്യയിലേക്ക് മടങ്ങി.

അമ്മയുടെ മരണവും സായ്പിന്റെ പുറത്താക്കലും

കപ്പൽ ബോംബെ തുറമുഖത്തേക്ക് എത്തി. അവിടെ ഏട്ടൻ കാത്തുനിൽക്കുന്നുണ്ടായിരുന്നു. ഏട്ടന്റെ മുഖത്ത് വല്ലാത്തൊരു ദുഃഖമുണ്ടെന്ന് ഗാന്ധിജിക്ക് തോന്നി. എന്താണിത്ര വിഷമമെന്ന് ചോദിച്ചപ്പോൾ ഏട്ടൻ പറഞ്ഞു, 'നിങ്ങളുടെ പരീക്ഷയുടെ ഇടയിൽ ശല്യപ്പെടുത്തേണ്ടെന്ന് ഞാൻ വിചാരിച്ചു. നമ്മുടെ അമ്മ ഏതാനും ആഴ്ചകൾക്കു മുമ്പ് മരിച്ചുപോയി.' അമ്മയുടെ മരണവാർത്ത മർമ്മ ഭേദകമായിരുന്നു. എങ്കിലും അദ്ദേഹം ആത്മനിയന്ത്രണം പാലി ച്ചു. വക്കീൽജോലിക്കുവേണ്ട ഏർപ്പാടുകളെല്ലാം ജ്യേഷ്ഠൻ ചെ യ്തു. അങ്ങനെ ഗാന്ധിജി ബോംബെ ഹൈക്കോടതിയിൽ വക്കീ ലായി രജിസ്റ്റർ ചെയ്തു. വർദ്ധിച്ചുകൊണ്ടിരുന്ന ചെലവ് താങ്ങാൻ വരവൊന്നുമുണ്ടായിരുന്നില്ല. ആ സമയത്ത് ഒരു മാമി ബായിയുടെ കേസ് ഗാന്ധിജി ഏറ്റെടുത്തു. അത് ഒരു 'സ്മോൾ കേസ്' ആണ്. ഏജന്റിന് വല്ലതും കമ്മീഷൻ കൊടുക്കണമെന്ന് പറഞ്ഞപ്പോൾ അതു സാധ്യമല്ലെന്ന് ഗാന്ധിജി ശക്തമായി മറുപടി നൽകി. മാമി ബായിയുടെ കേസ് ഗാന്ധിജിക്ക് തന്നെ കിട്ടി. മുപ്പത് രൂപ ഫീസ് വാങ്ങി. കേസ് ഒരു ദിവസത്തിലധികം നീണ്ടുനിൽക്കുവാൻ സാധ്യ തയില്ലാത്തതായിരുന്നു. സാക്ഷികളെ വിസ്തരിക്കുവാൻ വേണ്ടി എഴുന്നേറ്റപ്പോൾതന്നെ ഗാന്ധിജിയുടെ എല്ലാ ധൈര്യവും അടർന്നു വീണു. തല ചുറ്റുന്നതുപോലെ തോന്നി. സാക്ഷികളോട് ചോദ്യം ചോദിക്കുന്നതിനെ പറ്റി അദ്ദേഹത്തിന് ചിന്തിക്കാനേ കഴിഞ്ഞില്ല. പിന്നീട് മറ്റൊരാളാണ് കേസ് നടത്തിയത്. തന്റെ കക്ഷി കേസ് ജയിച്ചോ തോറ്റോ എന്നറിയാൻ പോലും കാത്തുനിൽക്കാതെ ഗാന്ധി സ്ഥലം വിട്ടു.

ഗാന്ധിജി പിന്നീട് രാജ്കോട്ടിലേക്ക് പോയി. പ്രഗത്ഭരായ വക്കീ

ലന്മാരുടെ കീഴിൽ കേസ് നടത്തി പരിചയിക്കാനാണ് അവിടെ പോയത്. അങ്ങനെ അദ്ദേഹം രാജ് കോട്ടിലെത്തി. സ്വന്തമായിട്ടൊരു ഓഫീസ് തുടങ്ങി ഹർജികളും അപേക്ഷകളും തയ്യാറാക്കുക വഴി പ്രതിമാസം മുന്നൂറുരൂപ വരെ ലഭിച്ചു. വലിയ വക്കീലന്മാർക്കു വേണ്ടി പല പ്രധാന അപേക്ഷകളും തയ്യാറാക്കി നൽകി.

പോർബന്തറിലെ റാണാസാഹിബിന്റെ ഉപദേഷ്ടാവായിരിക്കേ ഗാന്ധിജിയുടെ ഏട്ടൻ ഒരിക്കൽ തെറ്റായ ഉപദേശം നൽകി റാണാ സാഹിബിനെ കബളിപ്പിച്ചു. അതിന് കേസുണ്ടായിരുന്നു. ഗാന്ധിജി ഇംഗ്ലണ്ടിൽ വെച്ച് പരിചയപ്പെട്ട ഒരു ഉദ്യോഗസ്ഥന്റെയടുക്കൽ ആ കേസെത്തി. ആ ബന്ധം വെച്ച് തന്റെ പ്രശ്നം പരിഹരിക്കാൻ സഹാ യിക്കണമെന്ന് ഏട്ടൻ ആവശ്യപ്പെട്ടു. ഏട്ടൻ യഥാർത്ഥത്തിൽ കുറ്റ ക്കാരനാണെങ്കിൽ തന്റെ ശുപാർശകൊണ്ട് ഗുണം കിട്ടില്ലെന്ന് ഗാന്ധിജിക്ക് തോന്നി. തന്നെയുമല്ല, ഏട്ടൻ നിരപരാധിയാണെങ്കിൽ നേരായ വഴിക്ക് ഒരപേക്ഷ അയച്ച് അനന്തരഫലത്തെ നേരിടണ മെന്ന് ഗാന്ധിജി ഉപദേശിച്ചു. എന്നാൽ ഈ കടമയിൽനിന്ന് ഒഴിഞ്ഞ് മാറാതിരിക്കണമെന്ന് ഏട്ടൻ നിർബന്ധിച്ചു. അങ്ങനെ സ്വന്തം ഇഷ്ട ത്തിന് വിരുദ്ധമായി ഗാന്ധിജി ഉദ്യോഗസ്ഥന്റെ അടുത്തേക്ക് പോയി. ഊഹിച്ചതു പോലെതന്നെ സംഭവിച്ചു.

നല്ലൊരു സുഹൃദ്ബന്ധത്തെ സ്വന്തം കാര്യം നേടാൻവേണ്ടി ഉപയോഗിച്ച ഗാന്ധിജിയെ ആ ഉദ്യോഗസ്ഥൻ തുറന്ന് വിമർശിച്ചു. വിജയത്തിനുവേണ്ടി ഗാന്ധിജി വാദിച്ചു. എന്നാൽ ആ സായിപ്പിന്റെ ശിപായിമാർ ഗാന്ധിജിയെ പുറത്താക്കി. അതിനുശേഷം ഒരിക്കലും ഗാന്ധിജി സ്നേഹബന്ധങ്ങളെ മുൻനിർത്തി ആരിലും അവിഹിത മായ സ്വാധീനം ചെലുത്തുവാൻ ശ്രമിച്ചിട്ടില്ല. ഗാന്ധിജിയുടെ സ്വഭാ വത്തിന് അടിത്തറയിട്ട വിശേഷപ്പെട്ടൊരു സംഭവമായിരുന്നു ഇത്.

ദാദാ അബ്ദുള്ള ആന്റ് കമ്പനി

ഗാന്ധിജിയുടെ സേവനം ആവശ്യപ്പെട്ടുകൊണ്ട് ദാദാ അബ്ദുള്ള ആന്റ് കമ്പനിയുടെ ഉദ്യോഗസ്ഥന്മാരിലൊരാൾ എത്തിച്ചേർന്നു. അവർ തെക്കേ ആഫ്രിക്കയിൽ കച്ചവടം നടത്തുന്നവരാണ്. അവർ നാല്പതിനായിരം രൂപ കിട്ടുവാനുള്ള വലിയൊരു കേസിൽ കുടു ങ്ങിയിട്ടുണ്ട്. ഏറ്റവും നല്ല വക്കീലന്മാരും ബാരിസ്റ്റർമാരും കേസ് വാദിക്കുന്നുണ്ട്. ഗാന്ധിജി അവിടേക്ക് പോവുകയാണെങ്കിൽ വക്കീ ലന്മാർക്ക് വളരെ നല്ല രീതിയിൽ കാര്യങ്ങൾ ബോധ്യപ്പെടുത്തി ക്കൊടുക്കുവാൻ കഴിയുമെന്ന് കച്ചവടക്കാർ പറഞ്ഞു. അങ്ങോട്ടു മിങ്ങോട്ടും ഒന്നാംക്ലാസ് ടിക്കറ്റും നൂറ്റഞ്ച് പവനും നൽകാമെന്ന് ദാദാ അബ്ദുള്ള ആന്റ് കമ്പനിയുടെ ഉദ്യോഗസ്ഥർ ഗാന്ധിജിക്ക് ഉറപ്പ് നൽകി. ബാരിസ്റ്റർ എന്ന നിലക്കല്ലെങ്കിലും ആ സ്ഥാപന ത്തിന്റെ ജോലിക്കാരനെന്ന നിലക്കാണ് ഗാന്ധിജി പോകുന്നത്. എങ്കിലും തൽക്കാലം ഇന്ത്യ വിട്ട് മറ്റെവിടെയെങ്കിലും പോയി വര ണമെന്ന ആഗ്രഹം ഗാന്ധിജിക്ക് ഉണ്ടായിരുന്നു. യാതൊരു വില പേശലും കൂടാതെ ഗാന്ധിജി ജോലി ഏറ്റെടുത്തു.

നെറ്റാളിലേക്ക്

ദാദാ അബ്ദുള്ള ആന്റ് കമ്പനി എത്ര ശ്രമിച്ചിട്ടും ഗാന്ധിജിക്ക് കപ്പലിൽ ഒന്നാം ക്ലാസ് ടിക്കറ്റ് നൽകുവാൻ സാധിച്ചില്ല. ഇതറിഞ്ഞപ്പോൾ ഗാന്ധിജി നേരിട്ട് കപ്പലിന്റെ ചീഫ് ഓഫീസറെ കണ്ട് അദ്ദേഹത്തിന്റെ ക്യാബിനിലെ ഒരു സീറ്റ് തരപ്പെടുത്തി. അത് സാധാരണ യാത്രക്കാർക്ക് കൊടുക്കാറുണ്ടായിരുന്നില്ല. കപ്പൽ പുറപ്പെട്ടു. ആദ്യം ലാമു തുറമുഖത്തെത്തിച്ചേർന്നു. പിന്നീട് മൊമ്പാസയിലും അതിനുശേഷം സാൻസിബാറിലും നിന്നു. സാൻസിബാറിൽ എട്ടോ പത്തോ ദിവസമാണ് കപ്പൽ നിന്നത്. കപ്പൽ പിന്നെ നിന്നത് മൊസാമ്പിക്കിലാണ്. അവിടെനിന്ന് മെയ് അവസാനവാരത്തിൽ നെറ്റാളിൽ എത്തിച്ചേർന്നു.

അസ്വീകാര്യനായ അതിഥി

ഡർബനാണ് നെറ്റാളിന്റെ തുറമുഖം. അതിന് പോർട്ട് നെറ്റാൾ എന്നൊരു പേര് കൂടിയുണ്ട്. ഗാന്ധിജിയെ സ്വീകരിക്കുന്നതിനു വേണ്ടി അബ്ദുള്ള സേട്ട് തുറമുഖത്ത് എത്തിയിരുന്നു. വളരെ സ്നേഹത്തോടെയാണ് എല്ലാവരും സ്വാഗതം ചെയ്തത്. എന്നാൽ സേട്ടിന്റെ ചില പരിചയക്കാരുടെ പെരുമാറ്റത്തിൽ ഒരു മര്യാദക്കുറവ് ഗാന്ധിജി കണ്ടെത്തി. ഇന്ത്യക്കാരെ അത്രയൊന്നും ബഹുമാനത്തോടെയല്ല അവിടെയുള്ളവർ കാണുന്നതെന്ന് അദ്ദേഹത്തിന് മനസ്സിലായി. ബംഗാളികളെപ്പോലെ ഒരു തലപ്പാവും കുറിയ കുപ്പായവും ധരിച്ചാണ് ഗാന്ധിജി പോയിരുന്നത്.

രണ്ടുമൂന്നുദിവസം കഴിഞ്ഞപ്പോൾ അബ്ദുള്ള സേട്ട് ഡർബൻ കോടതി കാണിച്ചുകൊടുത്തു. തന്റെ വക്കീലിന്റെയടുത്ത് അദ്ദേഹം ഗാന്ധിജിയെ ഇരുത്തി. മജിസ്ട്രേറ്റ് ഗാന്ധിജിയെ തുറിച്ചുനോക്കി യിട്ട് തലപ്പാവെടുത്ത് മാറ്റാൻ ആവശ്യപ്പെട്ടു. എന്നാൽ അങ്ങനെ ചെയ്യാതെ ഗാന്ധിജി കോടതി വിട്ടു. മുസൽമാൻ രീതിയിൽ വസ്ത്ര ധാരണം ചെയ്തവർ തലപ്പാവു ധരിക്കുന്നതിൽ തെറ്റില്ല. മറ്റുള്ള ല്ലാ ഇന്ത്യക്കാരും തലപ്പാവ് എടുക്കണമെന്നത് ചട്ടമായിരുന്നു. വെള്ളക്കാരുടെ കണ്ണിൽ എല്ലാ ഇന്ത്യക്കാരും കൂലിക്കാരായിരുന്ന തുകൊണ്ട് ഗാന്ധിജിയെയും അവർ കൂലി ബാരിസ്റ്റർ എന്നാണ് വിളിച്ചത്. കോടതിയിൽ നടന്ന സംഭവത്തെക്കുറിച്ച് ഗാന്ധിജി പത്ര ത്തിലെഴുതുകയും അത് വലിയ വിവാദത്തിന് തിരി കൊളുത്തു കയും ചെയ്തു. 'അസ്വീകാര്യനായ അതിഥി' എന്നാണ് ആ കാല യളവിലെ പത്രങ്ങൾ ഗാന്ധിജിയെക്കുറിച്ച് പറഞ്ഞത്. അല്പദിവ സങ്ങൾക്കുള്ളിൽതന്നെ ഗാന്ധിജിയുടെ പേര് നാടെങ്ങും പരസ്യ മായി. ആഫ്രിക്കാ വാസത്തിന്റെ മിക്കവാറും അവസാനം വരെ ഗാന്ധിജി തലപ്പാവ് മാറ്റിയിരുന്നില്ല.

ആഫ്രിക്കയിലെ വർണവിദ്വേഷം

അബ്ദുള്ള ആന്റ് കമ്പനിക്ക് വക്കീലിന്റെ കത്ത് കിട്ടി. 40,000 രൂപ ലഭിക്കുവാനുള്ള കേസിന്റെ ഒരുക്കങ്ങൾ ഉടൻതന്നെ നടത്ത ണമെന്നും അതിനുവേണ്ടി അബ്ദുള്ള സേട്ട് തന്നെയോ അല്ലെ ങ്കിൽ ഏതെങ്കിലും പ്രതിനിധിയോ പ്രിട്ടോറിയയിലേക്ക് എത്തണ മെന്നായിരുന്നു കത്തിന്റെ ഉള്ളടക്കം.

ഗുമസ്തന്മാർ മുഖേന കേസിന്റെ കാര്യങ്ങൾ ഗാന്ധിജിക്ക് വിശ ദീകരിച്ച് കൊടുത്തതിനുശേഷം അബ്ദുള്ള സേട്ട് ഗാന്ധിജിയെ പ്രിട്ടോറിയിലേക്ക് വിട്ടു. ഒന്നാംക്ലാസ് ടിക്കറ്റ് ബുക്ക് ചെയ്തിരു ന്നു. നെറ്റാളിന്റെ തലസ്ഥാനമായ മാരിറ്റ്സ് ബർഗിൽ രാത്രി ഒമ്പതു മണിക്ക് തീവണ്ടി എത്തി. അവിടെനിന്നാണ് കിടക്കകൾ ലഭിക്കു ക. റെയിൽവേ ജീവനക്കാരൻ കിടക്ക വേണോ എന്നു ചോദിച്ച പ്പോൾ വേണ്ട, തന്റെ കൈയിലുണ്ടെന്ന് ഗാന്ധിജി പറഞ്ഞു. പിന്നീട് ഒരു യാത്രക്കാരൻ ഗാന്ധിജിയെ അടിമുടി നോക്കി കടന്നുപോയി. ഉടൻതന്നെ ഒരു ഉദ്യോഗസ്ഥൻ വരികയും മുന്നിലുള്ള കമ്പാർട്ട് മെന്റിലേക്ക് മാറിപ്പോകണമെന്ന് ഗാന്ധിജിയോട് പറയുകയും ചെയ്തു.

'എനിക്ക് ഒന്നാംക്ലാസ് ടിക്കറ്റ് ഉണ്ട്' ഗാന്ധിജി പറഞ്ഞു.

എന്നാൽ ഉദ്യോഗസ്ഥൻ വിട്ടില്ല.

'അതൊന്നും പറഞ്ഞാൽ പറ്റില്ല, നിങ്ങൾ മുന്നിലെ കമ്പാ ർട്ട്മെന്റിലേക്ക് മാറി കയറൂ.'

എന്നാൽ ഗാന്ധിജി സ്വമേധയാ പുറത്ത് പോകുവാൻ തയ്യാറാ യില്ല. അപ്പോൾ പോലീസുകാരൻ വന്ന് കൈ പിടിച്ച് വലിച്ച് പുറ ത്തേക്ക് തള്ളിയിട്ടു. സാധനങ്ങളും പുറത്തേക്ക് എറിഞ്ഞു.

ഗാന്ധി തന്റെ കൈസഞ്ചിയുമായി സ്റ്റേഷനിലെ വെയിറ്റിംഗ് റൂമി ലിരുന്നു. സാധനങ്ങൾ എടുത്തില്ല. അവ റെയിൽവേ അധികാരി

കൾ ഏറ്റെടുത്തു. വെള്ളക്കാരനല്ലാത്ത യാത്രക്കാരനായതുകൊ ണ്ടാണ് ഗാന്ധിജിക്ക് ഇത് സംഭവിച്ചത്. വർണ്ണവിദ്വേഷം എന്ന ആഴ മേറിയ രോഗത്തിന്റെ ബാഹ്യലക്ഷണമാണിതെന്ന് ഗാന്ധിജിക്ക് മനസ്സിലായി. ഇതിന് പരിഹാരം കണ്ടെത്തണമെന്ന് മനസ്സിൽ തീരു മാനിച്ചു. പിറ്റേന്ന് രാവിലെ ഗാന്ധിജി റെയിൽവേ മാനേജർക്ക് ഒരു കമ്പിസന്ദേശം അയക്കുകയയും പിന്നീട് അബ്ദുള്ള സേട്ടിനെ വിവരം അറിയിച്ചതിനെ തുടർന്ന് അദ്ദേഹം ഉടനെ ജനറൽമാനേജറെ ചെന്ന് കാണുകയും ചെയ്തു.

ഗാന്ധിജിയെ ലക്ഷ്യസ്ഥാനത്ത് എത്തിക്കുവാൻ ജനറൽമാനേ ജർ സ്റ്റേഷൻമാസ്റ്റർക്ക് നിർദ്ദേശം നൽകി. എന്നാൽ റെയിൽവേ അധികാരികളുടെ പെരുമാറ്റത്തെ മാനേജർ ന്യായീകരിച്ചു.

അബ്ദുള്ള സേട്ടിന്റെ നിർദ്ദേശമനുസരിച്ച് ഇന്ത്യൻവ്യാപാരികളും മറ്റു ചില സ്ഥലങ്ങളിലും സുഹൃത്തുക്കളും ഗാന്ധിജിയെ ചെന്ന് കണ്ടു. അവർ തങ്ങളുടെ അനുഭവങ്ങൾ വിവരിച്ചശേഷം ഗാന്ധി ജിക്ക് സംഭവിച്ചത് അസാധാരണമായ ഒന്നുമല്ലെന്ന് പറഞ്ഞ് ആശ്വ സിപ്പിച്ചു. അന്ന് മുഴുവൻ ആ വ്യാപാരികളുടെ സങ്കടങ്ങൾ കേട്ടു കൊണ്ട് റെയിൽവേ യാത്രക്കാരായ ഇന്ത്യക്കാർക്ക് ഒന്നാംക്ലാസിലും രണ്ടാംക്ലാസിലും നേരിടുന്ന അവഗണനകൾ ഗാന്ധിജി മനസ്സിലാ ക്കി. വൈകുന്നേരത്തെ തീവണ്ടിയിൽ ഗാന്ധിജി യാത്ര പുറപ്പെട്ടു. തീവണ്ടി രാവിലെ ചാൾസ് ടൗണിലെത്തി. ചാൾസ് ടൗണിൽനിന്ന് ജോഹാനസ് ബർഗിലേക്ക് അക്കാലത്ത് തീവണ്ടികൾ ഉണ്ടായിരു ന്നില്ല. പകരം കുതിരവണ്ടിയാണ്. വെള്ളക്കാരായ യാത്രക്കാരോ ടൊപ്പം ഗാന്ധിജിയെ ഇരുത്തുന്നത് കുതിരകൾ വലിക്കുന്ന കോച്ചിലെ ലീഡർക്ക് ഇഷ്ടമായില്ല. അതിനാൽ ഗാന്ധിജി മന സ്സില്ലാമനസ്സോടെ പുറത്ത് ഡ്രൈവർക്കൊപ്പമിരുന്ന് യാത്രയായി. കുറച്ചുകഴിഞ്ഞപ്പോൾ ആ സ്ഥലവും വിട്ടുകൊടുത്ത് ചവിട്ടുപടി യിൽ ഇരിക്കണമെന്ന് ലീഡർ പറഞ്ഞു.

ഗാന്ധിജി വിട്ടുകൊടുത്തില്ല.

ഭീമാകാരനായ ആ ലീഡർ ക്ഷോഭിച്ച് ഗാന്ധിജിയെ അടിച്ചു. സഹയാത്രികർ ഇടപെട്ടിരുന്നില്ലെങ്കിൽ ഗാന്ധിജി തെറിച്ച് വീഴുമാ യിരുന്നു. കുതിരവണ്ടിയുടെ ഏജന്റിനെ ഗാന്ധിജി എല്ലാ കാര്യ ങ്ങളും അറിയിച്ചു. അതിന്റെ ഫലമായി പിറ്റേന്നുള്ള യാത്രയിൽ തനിക്ക് മറ്റുള്ളവരോടൊപ്പം തന്നെ സീറ്റ് ലഭിക്കുമെന്ന ഉറപ്പ് കിട്ടി. ഉപദ്രവിച്ച മനുഷ്യനെതിരെ ഗാന്ധിജി നടപടികളൊന്നുമെടുത്തി

ല്ല. പിറ്റേന്നുള്ള യാത്രയിൽ ഗാന്ധിക്ക് നല്ല സീറ്റ് കിട്ടി. രാത്രി ജോഹാനസ് ബർഗിലെത്തി. അതിനുശേഷം ബ്രിട്ടോറിയക്ക് തീവ ണ്ടിയിൽ ഒന്നാംക്ലാസിൽ തന്നെ യാത്ര ചെയ്തു. യാത്രക്കിടയിൽ നിന്നുതന്നെ വെള്ളക്കാർ മറ്റുള്ളവരോട് ആഫ്രിക്കയിൽവെച്ച് എത്ര നീചമായാണ് പെരുമാറുന്നതെന്ന് പൂർണ്ണമായും മനസ്സിലായി.

പ്രിട്ടോറിയയിൽ

ഒരു ഞായറാഴ്ചയാണ് ഗാന്ധിജി പ്രിട്ടോറിയയിലെത്തിയത്. ദാദാ അബ്ദുള്ളയുടെ വക്കീൽ ഗാന്ധിജിയെ സ്വീകരിക്കുവാൻ ആരെയും പറഞ്ഞയച്ചിരുന്നില്ല. ഇന്ത്യക്കാർക്ക് അവിടെ നല്ല ഹോട്ട ലുകളിലൊന്നും ഇടം കിട്ടുകയുമില്ല. അവസാനം ഒരു അമേരിക്കൻ നീഗ്രോ ഗാന്ധിക്ക് റൂം ഏർപ്പാടാക്കി കൊടുത്തു. അബ്ദുള്ള സേട്ടിന് പ്രിട്ടോറിയയിലുള്ള തയാബ്ജി ഖാൻ സേട്ടുവിൽനിന്നാ ണ് 40,0000 പവൻ പിരിഞ്ഞുകിട്ടേണ്ടിയിരുന്നത്. ഇരുവരും ബന്ധു ക്കളാണ്. ഗാന്ധിജി കേസിലെ എതിർകക്ഷിയെ വീട്ടിൽ ചെന്നു കണ്ടു. അവർ തമ്മിൽ നടന്ന ചർച്ചക്കിടയിൽ പ്രിട്ടോറിയയിലെ ഇന്ത്യക്കാരെ മുഴുവനും തനിക്കൊന്ന് കാണുവാനും വെള്ളക്കാ രിൽനിന്ന് അവർക്കനുഭവിക്കേണ്ടിവരുന്ന യാതനകളും വേദനകളും ചർച്ച ചെയ്യാനുമുള്ള അവസരം ഒരുക്കിത്തരണമെന്നും അഭ്യർത്ഥി ച്ചു. ആ സേട്ടു തന്റെ വീട്ടിൽതന്നെ അതിനുള്ള സൗകര്യം ഉണ്ടാ ക്കിക്കൊടുത്തു. ഒരു പൊതുയോഗത്തിൽ ഗാന്ധിജി ആദ്യമായി പ്രസംഗിച്ചത് അവിടെ വെച്ചായിരുന്നു. വ്യാപാരകാര്യത്തിൽ സത്യത്തെ ആദരിച്ച് പ്രവർത്തിക്കേണ്ടതിന്റെ ആവശ്യത്തെക്കുറി ച്ചാണ് ഗാന്ധിജി പ്രസംഗിച്ചത്.

ആഫ്രിക്കൻ സ്റ്റേറ്റുകളിൽ ഇന്ത്യക്കാർക്ക് വളരെ വലിയ വിഷമ ങ്ങൾ അനുഭവിക്കേണ്ടിവന്നിട്ടുണ്ട്. ഓരോ ഇന്ത്യക്കാരനും മൂന്നു പവൻ വീതം 'തലനികുതി' കൊടുക്കണം. കൂടാതെ പ്രധാന നിര ത്തുകളിലൂടെ നടക്കുവാനും പാടില്ലായിരുന്നു. അങ്ങനെ ഒരുദിവസം ഇക്കാര്യം അറിയാതെ ഗാന്ധിജി നിരത്തിലൂടെ നടന്നപ്പോൾ ഒരു പാട് പീഡനമേൽക്കേണ്ടിവന്നു. നിരത്തിലൊക്കെ പാറാവുകാരു ണ്ടായിരുന്നു. അവരിലൊരാൾ യാതൊരു താക്കീതും കൂടാതെ, നട വഴി വിടുവാൻപോലും പറയാതെ ഗാന്ധിജിയെ ഉന്തിച്ചവിട്ടി നിര ത്തിലേക്ക് തള്ളി. കറുത്ത മനുഷ്യരെയെല്ലാം അവർ അങ്ങനെ

യാണ് ചെയ്യുന്നത്. ഈ സംഭവം അവിടെയുള്ള ഇന്ത്യക്കാരുടെ കാര്യത്തിൽ അഭിനിവേശം ജനിപ്പിക്കാൻ ഗാന്ധിയെ സഹായിച്ചു. ആവശ്യമാണെന്ന് തോന്നിയാൽ നിയമങ്ങളെ സംബന്ധിച്ച് പരീ ക്ഷണാർത്ഥം ഒരു കേസ് കൊടുക്കുവാൻപോലും ഗാന്ധിജി വിചാ രിച്ചു. ഈ സ്ഥിതി പരിഹരിക്കണമെന്ന്തന്നെ ഗാന്ധിജിക്ക് തോന്നി. എന്നാൽ തൽക്കാലം അദ്ദേഹം അവിടെ എത്തിയത് ദാദാ അബ്ദു ള്ളയുടെ കേസിനെപ്പറ്റി വേണ്ടതുപോലെ പ്രവർത്തിക്കാനാണല്ലോ.

മധ്യസ്ഥ സംസാരം

ദാദാ അബ്ദുള്ളയുടെ കേസ് ഗൗരവമേറിയ ഒന്നാണെന്ന് ഗാന്ധിജിക്ക് മനസ്സിലായി. അതുകൊണ്ട് നിയമവും അദ്ദേഹത്തിന് അനുകൂലമായി വരേണ്ടതുണ്ട്. കേസ് നീണ്ടുനിൽക്കുകയാണെങ്കിൽ ഇരുകൂട്ടർക്കും ഗുണം കിട്ടില്ല. അതുകൊണ്ട് തായാസാഹിബിനെ ചെന്ന് കണ്ട് മധ്യസ്ഥസംസാരം സ്വീകരിച്ച് പെട്ടെന്ന് പ്രശ്നം പരി ഹരിക്കുവാൻ ഉപദേശിച്ചു. തായാബ് സേട്ട് ഉപദേശം സ്വീകരിച്ചു.

ഇരുവിഭാഗക്കാരുടെയും മിത്രമെന്ന നിലയിൽ തർക്കത്തിലുള്ള കാര്യങ്ങളെ രാജിയായി തീർച്ചപ്പെടുത്തുകയാണ് ധർമ്മമെന്ന് ഗാന്ധിജിക്ക് തോന്നി. അങ്ങനെ ഗാന്ധിജിയുടെ മധ്യസ്ഥതയിൽ രണ്ടുകക്ഷികളും കോടതിയുടെ പുറത്തുവെച്ച് തന്നെ ഒത്തുതീർപ്പി ലെത്തി. കൊടുക്കാനുള്ള തുക പല ഗഡുക്കളായി കൊടുത്തു തീർക്കുവാൻ തായാബ് സേട്ടിനെ അനുവദിച്ചു. അങ്ങനെ ചെയ്യു വാൻ ദാദാ അബ്ദുള്ളയും സമ്മതിച്ചു.

ഒരു വക്കീലിന്റെ യഥാർത്ഥ ലക്ഷ്യം ഭിന്നിച്ച കക്ഷികളെ യോജി പ്പിക്കുകയാണെന്ന് ഗാന്ധിജിക്ക് ബോധ്യപ്പെട്ടു.

ഇന്ത്യൻ വോട്ടവകാശം

ഗാന്ധിജി തിരിച്ചുപോകുവാനുള്ള ഒരുക്കം തുടങ്ങി. കേസ് അവ സാനിച്ചുവല്ലോ. അബ്ദുള്ള സേട്ട് സിഡൻഹാമിൽവെച്ച് ഗാന്ധിയെ ബഹുമാനിക്കുവാനായി ഒരു സൽക്കാരം നടത്തി. അതിനിടയിൽ പത്രം മറിച്ചുനോക്കുമ്പോഴാണ് 'ഇന്ത്യൻ വോട്ടവകാശം' എന്ന തല കെട്ട് കണ്ടത്. നെറ്റാൾ നിയമസഭയിലേക്ക് പ്രതിനിധികളെ തെര ഞ്ഞെടുക്കുന്നതിന് ഇന്ത്യക്കാർക്ക് വോട്ടവകാശം നിഷേധിക്കുന്ന ബില്ലിനെക്കുറിച്ചുള്ള വാർത്തയായിരുന്നു അത്. അബ്ദുള്ള സേട്ടി നോട് അതേക്കുറിച്ച് ചോദിച്ചപ്പോൾ അദ്ദേഹത്തിന് കച്ചവടകാര്യ ങ്ങൾ മാത്രമേ അറിയൂ എന്നാണ് പറഞ്ഞത്. ഈ ബിൽ നിയമമാ യാൽ നമ്മുടെ ആളുകൾക്ക് വലിയ ബുദ്ധിമുട്ടാവും. ഈ വാർത്തയും സംഭാഷണവും മറ്റ് അതിഥികളും കേട്ടു. അവരിലൊ രാൾ ഗാന്ധിജിയോട് പറഞ്ഞു.

'താങ്കൾ തൽക്കാലം യാത്ര റദ്ദാക്കൂ. ഇവിടെ ഒരു മാസം താമ സിക്കൂ. താങ്കളുടെ നിർദ്ദേശപ്രകാരം സമരം ചെയ്യാൻ ഞങ്ങൾ തയ്യാ റാണ്.'

ഗാന്ധിജി സമ്മതം മൂളി. അങ്ങനെ ഗാന്ധിജിയുടെ യാത്രയയപ്പ് സംഘം ഒരു പ്രവർത്തനകമ്മിറ്റിയായി മാറി. 1894 മെയ് 22 ന് നെറ്റാൾ ഇന്ത്യൻ കോൺഗ്രസ് നിലവിൽ വന്നു. നാട്ടുകാരുടെ സ്വാഭി മാനം സംരക്ഷിക്കുവാനാണ് ഈ സംഘടന രൂപീകരിച്ചത്. വരവ് ചെലവ് കൈകാര്യം ചെയ്യുന്നതിൽ ഗാന്ധിജി കർക്കശക്കാരനായി രുന്നു. ചെറിയ സംഖ്യക്കുപോലും കണക്കുവെക്കും. രശീതി നൽകും. ഇങ്ങനെയൊരു കൃത്യതയുണ്ടായതിനാൽ നെറ്റാൾ ഇന്ത്യൻ കോൺഗ്രസ്സിന്റെ സാമ്പത്തികനില ഭദ്രമായി. ഗാന്ധിജി യുടെ തെക്കേ ആഫ്രിക്കൻ ജീവിതത്തിന് അസ്ഥിവാരമിട്ടത് ഈ സംഘടനയാണ്.

ജനപ്രിയ നേതാവ്

ഇന്ത്യക്കാരായ അനേകം കരാറുതൊഴിലാളികൾ ആഫ്രിക്കയി ലുണ്ട്. കരാറടിസ്ഥാനത്തിൽ വെള്ളക്കാരാണ് അവരെ കൊണ്ടു പോകുന്നത്. അവിടെ അടിമകളെപ്പോലെയാണ് ഇന്ത്യൻകൂലി ക്കാരെ പണിയെടുപ്പിക്കുന്നത്. ചില യജമാനന്മാർ യാതൊരു ദയയും കാണിക്കുമായിരുന്നില്ല. പലരും ഗാന്ധിയെ ചെന്നുകണ്ട് പരാതി പറഞ്ഞു. ഗാന്ധിജി കരാറു തൊഴിലാളികളുടെ പ്രശ്നങ്ങൾ ചോദിച്ചറിഞ്ഞു. ഗാന്ധി എന്ന കൊച്ചുമനുഷ്യൻ ജനപ്രിയനേതാ വായി മാറാൻ തുടങ്ങി.

ആഫ്രിക്കയിൽ വളരെയധികം കാര്യങ്ങൾ ചെയ്തു തീർക്കു വാനുണ്ടെന്ന് മനസ്സിലായപ്പോൾ ഗാന്ധിജി സ്വന്തം കുടുംബത്തെ ആഫ്രിക്കയിലേക്ക് കൊണ്ടുവരാൻ ഇന്ത്യയിലേക്ക് മടങ്ങി. ഇന്ത്യ യിലെത്തിയശേഷം പ്രമുഖ പത്രങ്ങളിൽ ആഫ്രിക്കയിലെ ഇന്ത്യ ക്കാർ അനുഭവിക്കുന്ന യാതനകളെക്കുറിച്ച് ലേഖനമെഴുതി. കൽക്ക ത്ത, ബോംബെ, മദ്രാസ് തുടങ്ങിയ സ്ഥലങ്ങളിൽ എത്തിച്ചേർന്ന് ആഫ്രിക്കയിലെ ഇന്ത്യക്കാരുടെ പ്രയാസങ്ങളെക്കുറിച്ച് പ്രസംഗി ച്ചു. ആ കാലത്താണ് ബോംബെയിൽ പ്ലേഗ് പടർന്ന് പിടിച്ചത്. അതിന്റെ രോഗനിവാരണ പ്രവർത്തനങ്ങളിൽ ഗാന്ധിജി മുഴുകി. ആ സമയത്താണ് ഗോപാലകൃഷ്ണ ഗോഖലെ, സർ ഫിറോസ് ഷാ മേത്ത എന്നീ മഹാന്മാരെ ഗാന്ധിജി പരിചയപ്പെട്ടത്. അദ്ദേഹം കൽക്കത്തയിലായിരുന്നപ്പോൾ ഡർബനിൽ നിന്നുള്ള കേബിൾ സന്ദേശം ലഭിച്ചു. 'ജനുവരിയിൽ പാർലമെന്റ് സമ്മേളനം തുടങ്ങു ന്നു. ഉടൻ വരി.' അങ്ങനെ 1896 ഡിസംബർ ആദ്യം ദക്ഷിണാഫ്രി ക്കയിലേക്ക് രണ്ടാംതവണയും പോയി.

വീണ്ടും ദക്ഷിണാഫ്രിക്കയിൽ

ബോംബെയിൽ പ്ലേഗ് പടർന്നുപിടിച്ച കാലത്താണ് ഗാന്ധിജി രണ്ടാമത് ദക്ഷിണാഫ്രിക്കയിലെത്തുന്നത്. കപ്പലിലെത്തിയ അദ്ദേ ഹത്തെയും കൂട്ടരെയും കരക്കിറങ്ങുവാൻ അനുവദിച്ചില്ല. രോഗ വ്യാപനമുണ്ടാകുമോ എന്ന ഭയത്താലാണ് ഇറക്കാത്തത്. ഡോക്ടർ വന്ന് പരിശോധിച്ച് രോഗവ്യാപനകാലാവധിയായ അഞ്ചുദിവസം കഴിഞ്ഞപ്പോൾ കരയിലിറങ്ങുവാൻ സാധിച്ചു. എന്നാൽ രോഗവ്യാ പനകാല കല്പനക്ക് ആരോഗ്യപരമായ കാരണങ്ങൾ മാത്രമായി രുന്നില്ല ഉണ്ടായത്. ഡർബനിൽ വെള്ളക്കാരായ താമസക്കാർ കരാർ തൊഴിലാളികളെ മടക്കി അയക്കാനുള്ള പ്രക്ഷോഭത്തിലാ യിരുന്നു. എന്നാൽ ദാദാ അബ്ദുള്ള ആന്റ് കമ്പനി എല്ലാ സംഭവ ങ്ങളും അതാത് സമയത്ത് തന്നെ ഗാന്ധിജിയെ അറിയിച്ചിരുന്നു. പകൽസമയത്ത് തന്നെയാണ് ഗാന്ധി കപ്പലിറങ്ങിയത്. ഭാര്യയെയും കുട്ടികളെയും ഒരു വണ്ടിയിൽ കയറ്റി അയച്ചതിനുശേഷം ഗാന്ധിജി കാൽനടയായി താമസസ്ഥലത്തേക്ക് പുറപ്പെട്ടു. അല്പദൂരം നട ന്നപ്പോൾ വെള്ളക്കാരായ ചില ചെറുപ്പക്കാർ ഗാന്ധി, ഗാന്ധി എന്നു വിളിച്ചു പറഞ്ഞുകൊണ്ട് ചുറ്റും കൂടി. ഗാന്ധിയെ പൊതിരെ തല്ലി. തല്ലുകൊണ്ട് തളർന്ന ഗാന്ധിജിയെ അടുത്തുണ്ടായിരുന്ന ഒരു പോലീസ് സൂപ്രണ്ടിന്റെ ഭാര്യയാണ് രക്ഷിച്ചത്. ഗാന്ധിജിയെ ഉപ ദ്രവിച്ചവരുടെ പേരിൽ നിയമപ്രകാരമുള്ള നടപടി എടുക്കാൻ ഭര ണാധികാരികൾ തയ്യാറായി. എന്നാൽ ശിക്ഷിക്കരുതെന്ന് ഗാന്ധിജി ആവശ്യപ്പെട്ടു. ഇന്ത്യക്കാരുടെയും അവരുടെ നേതാവായ ഗാന്ധി ജിയുടെയും ഇത്തരം അസാധാരണമായ പ്രവർത്തനങ്ങൾ തെക്കേ ആഫ്രിക്കയിലെ വെള്ളക്കാരെ അത്ഭുതപ്പെടുത്തി.

ഇന്ത്യൻ ആംബുലൻസ് സേന

പൊതുപ്രവർത്തനങ്ങളിൽ കൂടുതൽ സജീവമായതോടെ ഗാന്ധി ജിയുടെ ജീവിതവും ലളിതമായി. സ്വന്തം വസ്ത്രങ്ങൾ അലക്കു വാനും ഇസ്തിരിയിടുവാനും തുടങ്ങി. ഒരിക്കൽ അദ്ദേഹം പ്രിട്ടോ റിയയിലെ ബാർബർഷോപ്പിൽ മുടി മുറിക്കാൻ പോയപ്പോൾ ക്ഷുര കൻ വിസമ്മതിച്ചു. കറുത്ത മനുഷ്യന്റെ മുടി വെട്ടാൻ ബാർബർ മടി കാണിച്ചു. ഉടൻതന്നെ ഗാന്ധിജി ഒരു ജോഡി ക്ലിപ്പർ വാങ്ങി യിട്ട് മുടി സ്വയം വെട്ടി. പിൻഭാഗം വെട്ടിയത് ശരിയായില്ല. കോട തിയിലെ സുഹൃത്തുക്കൾ ചിരിച്ച് പരിഹസിച്ചുവെങ്കിലും ഗാന്ധിജി അതൊന്നും കാര്യമാക്കിയില്ല. തുടർന്ന് ഗാന്ധി തന്റെ ഭക്ഷണക്രമ ത്തിലും മാറ്റം വരുത്തി. ഒരാളുടെ ഇച്ഛാശക്തിയെ വർദ്ധിപ്പിക്കു വാൻ ഉപവാസത്തിന് കഴിയുമെന്ന നിഗമനത്തിൽ അദ്ദേഹം എത്തി ച്ചേർന്നു. ഉപവാസ പരീക്ഷണം നടത്തുന്നതിനിടയിൽ 1899 ലാണ് ബൂവർ യുദ്ധമുണ്ടായത്. ഡച്ച് വംശജരായ ദക്ഷിണ ആഫ്രിക്ക ക്കാരായിരുന്നു ബൂവർമാർ. അവർ ബ്രിട്ടീഷുകാരോട് യുദ്ധം ചെയ്യു കയായിരുന്നു. ഇരുവരും ഇന്ത്യക്കാരോട് നന്നായി പെരുമാറിയി രുന്നില്ല. ബ്രിട്ടീഷ് സാമ്രാജ്യത്തിനുള്ളിലെ വികസനത്തിലൂടെ മാത്രമേ ഇന്ത്യക്ക് സമ്പൂർണ്ണമോചനം നേടാൻ കഴിയുകയുള്ളൂ. അതിനാൽ ബ്രിട്ടീഷുകാരെ സഹായിക്കുവാൻ ഗാന്ധിജി തീരുമാ നിച്ചു. അവരെ സഹായിക്കുവാൻ ഒരു ഇന്ത്യൻ ആംബുലൻസ് കോർപ്സ് സംഘടിപ്പിച്ചു. വലിയൊരു ശുശ്രൂഷാ സേനയായിരുന്നു അത്. സേനയിൽ നായകന്മാരായ നാല്പതോളം ആളുകളും 1100 വളണ്ടിയർമാരുമുണ്ടായിരുന്നു. മുറിവേറ്റവരെ സ്ട്രെച്ചറിൽ ചുമന്നു കൊണ്ട് ദിവസവും ഇരുപത് ഇരുപത്തിയഞ്ച് മൈൽ വീതം ഗാന്ധി ജിക്കും സംഘത്തിനും മാർച്ച് ചെയ്ത് പോകണമായിരുന്നു.

ബ്രിട്ടീഷുകാർ യുദ്ധത്തിൽ വിജയിക്കുകയും ആറാഴ്ചത്തെ സേവനത്തിനുശേഷം ആംബുലൻസ് കോർപ്സ് പിരിച്ചുവിടുകയും

ചെയ്തു. ഇന്ത്യൻസംഘത്തിന്റെ സേവനത്തെ പത്രങ്ങൾ മുക്ത കണ്ഠം പ്രശംസിച്ചു. അങ്ങനെ ഇന്ത്യക്കാരും യൂറോപ്യൻമാരുമാ യുള്ള ബന്ധം കൂടുതൽ സൗഹൃദപരമായി മാറി.

ഉറക്കം കെടുത്തിയ സമ്മാനങ്ങൾ

വർഷം 1901. ഗാന്ധിജി തന്റെ കുടുംബത്തെ ഡർബനിലേക്ക് കൊണ്ടുവന്നിട്ട് ആറു വർഷം കഴിഞ്ഞു. ബൂവർയുദ്ധത്തിനുശേ ഷവും ആഫ്രിക്കയിലെ ഇന്ത്യൻവംശജർക്ക് വേണ്ടി വളരെയധികം സേവനങ്ങൾ ചെയ്തു. വളരെ വലിയൊരു ഇന്ത്യൻ സൗഹൃദവല യമാണ് ആഫ്രിക്കയിൽ ഗാന്ധിജിക്കുണ്ടായിരുന്നത്. തൽക്കാലം ആഫ്രിക്കയിൽ തന്റെ സേവനം ആവശ്യമില്ലെന്നും ഇനി ഇന്ത്യയി ലാണ് സേവനത്തിന്റെ ആവശ്യമെന്നും ഗാന്ധിജി മനസ്സിലാക്കി. ആദ്യമാദ്യം ഇന്ത്യൻസംഘം ഗാന്ധിജിയെ മടങ്ങാൻ പ്രോത്സാഹി പ്പിച്ചില്ല. എന്നാൽ പിന്നീട് ഇന്ത്യൻസാഹചര്യം കണക്കിലെടുത്ത് അവർ ഗാന്ധിജിയെ യാത്രയയക്കുവാൻ തീരുമാനിച്ചു. ആവശ്യം വരുമ്പോൾ തിരിച്ചെത്തുമെന്ന് ഗാന്ധിജി ഉറപ്പ് നൽകി. നെറ്റാലു മായിട്ടാണ് ഗാന്ധിജിക്ക് ഗാഢമായ ബന്ധമുണ്ടായിരുന്നത്. നെറ്റാ ളിലെ ഇന്ത്യക്കാർ നിരവധി യാത്രയയപ്പ് യോഗങ്ങൾ പല സ്ഥല ങ്ങളിലായി സംഘടിപ്പിച്ചു. വിലയേറിയ സമ്മാനങ്ങളും ലഭിച്ചു. സമ്മാനങ്ങളിൽ വെള്ളികൊണ്ടും സ്വർണംകൊണ്ടുള്ളവയുമുണ്ടാ യിരുന്നു. സ്വർണ്ണവാച്ചുകൾ വരെയുണ്ടായിരുന്നു. വിലകൂടിയ ആഭ രണങ്ങളൊന്നും ഗാന്ധിജിയുടെ വീട്ടിൽ ഉണ്ടായിരുന്നില്ല. ലളിതി മായ ജീവിതമാണല്ലോ അവരുടേത്. അപ്പോൾ സ്വർണ്ണവാച്ചുകളും മറ്റും ധരിക്കുക അസാധ്യമാണ്. അത് ശരിയല്ല. ഒരു പൊതുപ്ര വർത്തകൻ വിലയേറിയ ആഭരണങ്ങളൊന്നും സ്വീകരിക്കരുത് എന്ന ഉറച്ച അഭിപ്രായമാണ് ഗാന്ധിജിക്കുള്ളത്. അങ്ങനെ ഭാര്യയെയും കുട്ടികളെയും പറഞ്ഞു മനസ്സിലാക്കിയിട്ട് ഒരു ട്രസ്റ്റ് രൂപീകരിക്കു കയും ട്രസ്റ്റികളുടെ ആഗ്രഹമനുസരിച്ച് സമുദായസേവനത്തിന് പ്രയോജനപ്പെടുത്താൻ വേണ്ടി ആഭരണങ്ങൾ ഉൾപ്പെടെ 1896 ലും 1901 ലും കിട്ടിയ സമ്മാനങ്ങളെല്ലാം ഒരു ബാങ്കിൽ സൂക്ഷിക്കാ നേൽപ്പിക്കുകയും ചെയ്തു.

കോൺഗ്രസുമായുള്ള ആദ്യസമ്പർക്കം

വർഷം 1901. ഇന്ത്യയിലെത്തിയ ഗാന്ധിജി രാജ്യം മുഴുവൻ സഞ്ച രിച്ചു. കൽക്കത്തയിൽ മിസ്റ്റർ ദിൻഷാ വാച്ചയുടെ അധ്യക്ഷത യിൽചേർന്ന കോൺഗ്രസ് സമ്മേളനത്തിൽ ഗാന്ധിജി പങ്കെടുത്തു. അദ്ദേഹം പങ്കെടുത്ത ആദ്യകോൺഗ്രസ് സമ്മേളനമായിരുന്നു അത്. ഇന്ത്യയിലെ ജനങ്ങൾക്ക് അവരുടെ രാഷ്ട്രീയ കാഴ്ചപ്പാടുകൾ അവതരിപ്പിക്കുവാൻ അവസരം നൽകിയ സംഘടനയായിരുന്നു ഇന്ത്യൻ നാഷണൽ കോൺഗ്രസ്. പക്ഷേ, അതിന്റെ തീരുമാനങ്ങ ളൊന്നും സർക്കാരിനെ സ്വാധീനിച്ചില്ല. ഈ സമ്മേളനത്തിൽ വെച്ചാണ് ഗാന്ധിജി ഫിറോസ് ഷാ മേത്ത, ലോകമാന്യ ബാലഗം ഗാധരതിലക് മുതലായ നേതാക്കളെ കണ്ടതും പരിചയപ്പെട്ടതും.

ദക്ഷിണാഫ്രിക്കയിലെ ഇന്ത്യക്കാർ അനുഭവിക്കുന്ന ദുരിതങ്ങ ളെക്കുറിച്ച് കോൺഗ്രസ് സമ്മേളനത്തിൽ ഒരു പ്രമേയം പാസാക്ക ണമെന്ന ആഗ്രഹം ഗാന്ധിജിക്കുണ്ടായി. ഗോപാലകൃഷ്ണ ഗോഖ ലെയുടെ സഹായത്താൽ ആ പ്രമേയം പാസ്സാക്കപ്പെട്ടു. കോൺഗ്ര സ്സിന്റെ അംഗീകാരം രാജ്യത്തിന്റെ മുഴുവൻ അംഗീകാരത്തിന്റെ അട യാളമാണെന്ന കാര്യം എല്ലാവർക്കും അറിവുള്ളതാണ്. യോഗം കഴിഞ്ഞ് കൽക്കത്തയിലെ പ്രശസ്തമായ കാളീക്ഷേത്രത്തിൽ അദ്ദേഹം പോയി. ദേവീപ്രസാദത്തിന് വേണ്ടിയുള്ള അവിടത്തെ മൃഗബലി ഗാന്ധിയെ രോഷം കൊള്ളിച്ചു. ക്ഷേത്രങ്ങളിൽ മൃഗ ബലി നടത്തുന്നത് നിർത്തലാക്കാൻ ഗാന്ധിജി അന്നുമുതൽ പരി ശ്രമിച്ചു. കൽക്കത്തയിൽ നിന്നാണ് ഗാന്ധിജി ട്രെയിനിൽ ഇന്ത്യ മുഴുവൻ ചുറ്റി സഞ്ചരിച്ചത്. ഒരു സ്ഥലത്തുനിന്ന് മറ്റൊരു സ്ഥല ത്തേക്ക് നീങ്ങുമ്പോൾ പട്ടിണി കിടക്കുന്നവരും അവഗണിക്കപ്പെ ടുന്നവരുമായ സാധാരണ ജനങ്ങളുടെ ജീവിതം കണ്ട് ഗാന്ധിജി

ഞെട്ടിവിറച്ചു. ബോംബെയിൽ താമസിച്ച് ബാരിസ്റ്ററായി പ്രാക്ടീസ് ചെയ്യണമെന്ന് ഗോഖലെ സ്നേഹപൂർവ്വം അഭ്യർത്ഥിച്ചു. അങ്ങനെ പ്രതീക്ഷിച്ചതിലും നന്നായി അവിടെ അഭിഭാഷകവൃത്തി തുടർന്നു. അപ്പോഴേക്കും ആഫ്രിക്കയിൽനിന്ന് അവിടെ എത്തണമെന്ന് ആവ ശ്യപ്പെട്ടുകൊണ്ടുള്ള കേബിൾ സന്ദേശം ലഭിച്ചു. ആവശ്യപ്പെടു മ്പോൾ താൻ അവിടെ എത്തിക്കൊള്ളാമെന്ന് മുമ്പ് വാഗ്ദാനം ചെയ്തിരുന്നു. അങ്ങനെ അദ്ദേഹം വീണ്ടും ദക്ഷിണാഫ്രിക്കയി ലേക്ക് പോയി. കൂടെ മദൻലാൽ ഗാന്ധിയും ഉണ്ടായിരുന്നു.

ജോസഫ് ചേംബർലെയ്ൻ

ദക്ഷിണാഫ്രിക്കയിൽ ഗാന്ധിജിക്ക് ചെയ്ത് തീർക്കുവാൻ ധാരാളം കാര്യങ്ങൾ ഉണ്ടായിരുന്നു. ബ്രിട്ടീഷ് പ്രധാനമന്ത്രിയായ ജോസഫ് ചേംബർ ലെയ്ൻ തെക്കേ ആഫ്രിക്ക സന്ദർശിക്കുന്ന സമയമായിരുന്നു അത്. വെള്ളക്കാർ ഇന്ത്യൻസമൂഹത്തോടും മറ്റു ള്ളവരോടും ചെയ്യുന്ന അനീതികൾ പ്രധാനമന്ത്രിയുടെ ശ്രദ്ധയിൽ പെടുത്തുവാനാണ് ഗാന്ധിജിയെ ഇപ്പോൾ ദക്ഷിണാഫ്രിക്കയിലേക്ക് വിളിച്ചത്. ഗാന്ധിജി അദ്ദേഹത്തെ ചെന്ന് കണ്ടു. എന്നാൽ ഒരു തണുപ്പൻ പ്രതികരണമാണ് ചേംബർ ലെയിനിൽ നിന്നുമുണ്ടായ ത്. നെറ്റാളിൽനിന്നാണ് ഗാന്ധി ബ്രിട്ടീഷ് പ്രധാനമന്ത്രിയെ കണ്ട ത്. ട്രാൻസ്വാളിലും സ്ഥിതി ഭീതിജനകമായിരുന്നു. ബൂവർയുദ്ധ ത്തിന് മുമ്പ് ഇന്ത്യക്കാർക്ക് എപ്പോൾ വേണമെങ്കിലും ട്രാൻസ്വാളി ലേക്ക് പ്രവേശനമുണ്ടായിരുന്നു. എന്നാൽ പുതിയതായി സൃഷ്ടിച്ച ഏഷ്യാറ്റിക്ക് ഡിപ്പാർട്ട്മെന്റിന്റെ അനുമതിയുണ്ടെങ്കിലേ ഇപ്പോൾ ഇന്ത്യക്കാർക്ക് ട്രാൻസ്വാളിൽ പ്രവേശിക്കാനുള്ള അനുവാദമുള്ളു. ഇന്ത്യക്കാരെയും വെള്ളക്കാരെയും വേർതിരിക്കുവാനാണ് പുതിയ വകുപ്പ് ഉണ്ടാക്കിയത്. പുതിയ വകുപ്പിലെ ഉദ്യോഗസ്ഥർ ഗാന്ധിയെ ട്രാൻസ്വാളിൽ പ്രവേശിക്കുന്നത് വിലക്കി. ഇത് ഗാന്ധിജിക്ക് ഇഷ്ട പ്പെട്ടില്ല. അദ്ദേഹം അവിടെതന്നെ താമസിക്കുവാൻ തീരുമാനിക്കു കയും തന്റെ നാട്ടുകാരുടെ ആവലാതികൾ പരിഹരിക്കുവാൻ പര മാവധി ശ്രമിക്കുകയും ചെയ്തു. ജോഹനാസ് ബർഗിലെ സുപ്രീം കോടതിയിൽ അഭിഭാഷകനായി അദ്ദേഹം ജോലി ചെയ്തു. നല്ല വരുമാനം കിട്ടുകയും ചെയ്തു. എന്നാൽ ഗാന്ധിയുടെ ശ്രദ്ധ ജന സേവനത്തിൽ മാത്രമായിരുന്നു. ബൂവർയുദ്ധകാലത്ത് ട്രാൻസ്വാൾ വിട്ട് പോയ ഇന്ത്യക്കാർക്ക് തിരിച്ച് ട്രാൻസ്വാളിലേക്ക് തന്നെ പോക ണമെങ്കിൽ വളരെയധികം തുക കൈക്കുലിയായി നൽകേണ്ടതു

ണ്ടായിരുന്നു. ട്രാൻസ്വാളിലെ സുപ്രീംകോടതിയിൽ ബാരിസ്റ്ററായി പേര് രജിസ്റ്റർ ചെയ്യുവാൻ സാധിച്ചാൽ പുതിയ വകുപ്പിനെതിരെ പൊരുതാൻ കഴിയുമെന്ന ആത്മവിശ്വാസത്തോടെ ഗാന്ധിജി മുന്നോട്ട് നീങ്ങി.

ഭഗവദ്ഗീതയും
അണ്ടു ദിസ് ലാസ്റ്റും

ഏതുകാര്യത്തിലും വിശാലമായ ഒരു കാഴ്ചപ്പാട് ഗാന്ധിജിക്ക് ഉണ്ടായിരുന്നു. ധാരാളം പുസ്തകങ്ങൾ വായിക്കുകയും അതുവഴി ലഭിക്കുന്ന ആശയങ്ങളും ആദർശങ്ങളും പരീക്ഷണങ്ങളിലൂടെ സാർത്ഥകമാക്കുകയും അനുഭവവേദ്യമാക്കുകയും ചെയ്യുക എന്നത് ഗാന്ധിജിയുടെ ശീലമായിരുന്നു. അദ്ദേഹത്തിന് പ്രായത്തെ വെല്ലുന്ന മാനസികപക്വത ഉണ്ടായിരുന്നു. ഭഗവദ്ഗീത അദ്ദേഹത്തെ ആകർഷിക്കുകയും സ്വാധീനിക്കുകയും ചെയ്തു. ഗാന്ധിയുടെ ജീവിതചര്യയിൽ ഗീത നല്ലൊരു വഴികാട്ടിയായി മാറി. ഭഗവദ്ഗീത യിലെ പതിമൂന്നാമദ്ധ്യായം ഗാന്ധിജിക്ക് മനഃപാഠമായിരുന്നു.

ഇതിനിടയിൽ അദ്ദേഹം സസ്യാഹാര പരീക്ഷണങ്ങൾ തുടർന്നു. എല്ലാ സുഖഭോഗങ്ങളും ഉപേക്ഷിച്ചുകൊണ്ട് ഭൗതികശരീരത്തെ ആത്മീയതയിലേക്ക് ട്യൂൺ ചെയ്യുവാൻ അദ്ദേഹം തയ്യാറായി. ഒരു തവണ മിസ്റ്റർ പോളക്ക് എന്ന സ്നേഹിതൻ ജോൺ റസ്കിന്റെ 'അണ്ടു ദി ലാസ്റ്റ്' എന്ന പുസ്തകം ഗാന്ധിജിക്ക് വായിക്കുവാൻ വേണ്ടി നൽകി. വായിച്ച് കഴിഞ്ഞപ്പോൾ താഴെ വെക്കുവാൻ കഴി യാത്ത വിധത്തിൽ ആ പുസ്തകം ഗാന്ധിജിയെ ആകർഷിച്ചു.

ജോഹനാസ് ബർഗിൽനിന്ന് ഡർബനിലേക്കുള്ള 24 മണിക്കൂർ നേരത്തെ യാത്രയിലാണ് ഇത് വായിച്ചത്. ആ പുസ്തകത്തിലെ തത്വങ്ങൾക്കനുസരിച്ച് ജീവിതത്തെ മാറ്റുവാൻ ഗാന്ധിജി തീരുമാ നിച്ചു. അതിവിശിഷ്ടമായ ജീവിതതത്വങ്ങളാണ് ആ പുസ്തകത്തി ലുള്ളത്. 'ഇന്ത്യൻ ഒപ്പീനിയൻ' എന്നൊരു വാരികയും ഈ കാല ഘട്ടത്തിൽ അദ്ദേഹം പ്രസിദ്ധീകരിച്ചു. അതിന് നല്ല പ്രചാരം കിട്ടി. ദക്ഷിണ ആഫ്രിക്കയിലെ ഇന്ത്യക്കാരുടെ ജിഹ്വയായി പ്രവർത്തി ക്കുവാൻ ഇന്ത്യൻ ഒപ്പീനിയന് സാധിച്ചു.

സുളു കലാപവും ഫിനിക്സും

ഗാന്ധിജി തന്റെ പുത്തൻ ആശയങ്ങളെല്ലാം മി.വെസ്റ്റിനെ അറി യിക്കുമായിരുന്നു. ഇന്ത്യൻ ഒപ്പീനിയൻ എന്ന പത്രത്തിന്റെ അച്ചടി ജോലികളുടെ ചുമതല നിർവ്വഹിച്ച ആളായിരുന്നു മിസ്റ്റർ വെസ്റ്റ് 'അൺ ടു ദി ലാസ്റ്റ്' എന്ന പുസ്തകം തന്റെ മനസ്സിൽ ചെലുത്തിയ സ്വാധീനം ഗാന്ധി വിവരിച്ചുകൊടുത്തു.

'അൺടു ദി ലാസ്റ്റി'ലെ കാതലായ കാര്യങ്ങൾ ഇവയായിരുന്നു.

1. വ്യക്തിയുടെ സ്വന്തം നന്മ, സമുദായത്തിന്റെ നന്മയിൽ അട ങ്ങിയിരിക്കുന്നു.

2. തൊഴിൽകൊണ്ട് ഉപജീവനം കഴിക്കാൻ എല്ലാവർക്കും തുല്യാ വകാശമുള്ളതിനാൽ വക്കീലിന്റെ ജോലിക്കും ക്ഷുരകന്റെ ജോലിക്കും ഒരേ മൂല്യമാണുള്ളത്.

3. ദേഹാധ്വാനം ചെയ്തുകൊണ്ടുള്ള ജീവിതം അതായത് കർഷ കന്റെയും കൈവേലക്കാരന്റെയും ജീവിതം ആണ് ഏറ്റവും ഉത്തമം.

ഈ പുസ്തകം വായിച്ചതിനുശേഷമാണ് ഗാന്ധിജിയുടെ മന സ്സിൽ സഹകരണാശയം ശക്തമായി കുടിയേറിയത്. അങ്ങനെ ഇന്ത്യൻ ഒപ്പീനിയൻ എന്ന പത്രം സഹകരണാടിസ്ഥാനത്തിൽ പ്രസിദ്ധീകരിക്കുവാൻ തീരുമാനിച്ചു. ഫിനിക്സ് എന്ന സ്ഥലത്ത് ആറേക്കർ സ്ഥലം വാങ്ങി അവിടെ ഒരു പ്രസ്സും സ്ഥാപിച്ചു. തന്റെ ആശയത്തോട് സഹകരിക്കുന്ന കുറച്ച് പേരെ സംഘാംഗങ്ങളാക്കി പത്രപ്രസിദ്ധീകരണം തുടർന്നു. ഫിനിക്സ് ഒരു കൃഷിസ്ഥല മായിരുന്നു. അവിടെ എല്ലാവരും പണിയെടുക്കണമെന്നും ഒരേ വേതനം സ്വീകരിക്കണമെന്നും ഒഴിവുസമയത്ത് പ്രസ്സിലെ ജോലി കൾ നോക്കണമെന്നും ഗാന്ധി നിർദ്ദേശിച്ചു.

നെറ്റാളിലെ സുളു വർഗ്ഗക്കാരോട് ഗാന്ധിജിക്ക് അല്പം പോലും വിരോധമുണ്ടായിരുന്നില്ല. സുളു വർഗ്ഗക്കാർ ഇന്ത്യക്കാരെ ഉപദ്ര

വിച്ചിരുന്നില്ല. അപ്രതീക്ഷിതമായിട്ടാണ് 1906 ൽ സുളു കലാപം പൊട്ടിപ്പുറപ്പെട്ടത്. ലഹളയുടെ ന്യായാന്യായങ്ങളൊന്നും അന്വേ ഷിക്കാതെ ലഹളയിൽ മുറിവേറ്റവരെ സഹായിക്കുവാൻ ഗാന്ധിജി ആംബുലൻസ് സേന രൂപീകരിച്ചു. നിരവധി ആളുകൾ സഹായി ച്ചു. വെള്ളക്കാർ മുറിവേറ്റവരെ ശുശ്രൂഷിക്കാൻ കൂട്ടാക്കിയില്ല. ആംബുലൻസ് സേനയിൽ പ്രതീക്ഷിച്ചതിലുമധികമാളുകൾ ചേർന്ന തിനാൽ ഗാന്ധിജിക്ക് നല്ല സഹായമായി സുളു ലഹള. നികുതി പിരിവുമായി ബന്ധപ്പെട്ട് നിരവധി സുളുവർക്കാരെ വെള്ളക്കാർ കഠിനമായി ദ്രോഹിച്ചിരുന്നു. സുളു ലഹള ഗാന്ധിജിക്ക് പുതിയ അനുഭവങ്ങൾ നിറഞ്ഞ അവസരമായിതീരുകയും ഗാഢമായി ചിന്തയ്ക്ക് ഹേതുവായിത്തീരുകയും ചെയ്തു. സുളുകലാപം അവ സാനിച്ചപ്പോൾ ഗാന്ധിജി ജോഹന്നസ്ബർഗിലേക്ക് മടങ്ങി. വെള്ള ക്കാരായ കുടിയേറ്റക്കാരിൽനിന്നുള്ള അടിച്ചമർത്തലുകളെ നിരീ ക്ഷിക്കുവാൻ അദ്ദേഹത്തിന്റെ സാന്നിദ്ധ്യം അവിടെ ആവശ്യമുണ്ടാ യിരുന്നു.

കരിനിയമങ്ങൾ

1906 ഓഗസ്റ്റ് 22 ന് ട്രാൻസ്വാൾ സർക്കാറിന്റെ അസാധാരണഗ സറ്റിൽ പ്രസിദ്ധീകരിച്ച അടിയന്തിര നിയമത്തിന്റെ കരട് പകർപ്പ് വായിച്ചപ്പോൾ ഗാന്ധിജി ഞെട്ടി. ഇന്ത്യക്കാരോടുള്ള വെറുപ്പായി രുന്നു അതിൽ പ്രകടമായിരുന്നത്. എട്ട് വയസ്സിനു മുകളിലുള്ള കുട്ടികൾ ഉൾപ്പെടെ എല്ലാ ഇന്ത്യക്കാരും ഏഷ്യാറ്റിക് രജിസ്ട്രാർക്ക് മുമ്പാകെ പേര് രജിസ്റ്റർ ചെയ്ത് സർട്ടിഫിക്കറ്റ് വാങ്ങണം. രജി സ്റ്റർ ചെയ്ത കാർഡ് കൈവശം വെക്കണം. അതിൽ വീഴ്ച വരു ത്തുന്നവർക്ക് തടവ്, നാടുകടത്തൽ തുടങ്ങിയ കടുത്ത ശിക്ഷ നൽകും. അപമാനകരമായ ഈ നടപടിക്ക് കീഴടങ്ങേണ്ടതില്ലെന്ന് ഇന്ത്യക്കാർ തീരുമാനിച്ചു. പോരാടണം. നിഷ്ക്രിയമായ ചെറുത്തു നിൽപ്പ് അഥവാ സത്യാഗ്രഹത്തിന്റെ ആവശ്യമാണ് ഗാന്ധിജി ഇവിടെ തുടങ്ങിവെച്ചത്. 1906 സെപ്തംബർ 11 ന് ഒരു യോഗം വിളിച്ച് കൂട്ടിയിട്ട് സത്യാഗ്രഹ പ്രസ്ഥാനത്തിലൂടെ ഇന്ത്യക്കാർ പു തിയ നിയമത്തിനെതിരേ പ്രമേയം പാസാക്കി. ഓർഡിനൻസിനെ തിരായ എല്ലാ ഇന്ത്യൻ പ്രതിഷേധങ്ങളെയും സർക്കാർ അടിച്ച മർത്തി. നൂറുകണക്കിന് ഇന്ത്യക്കാരെ അറസ്റ്റു ചെയ്തു. ഗാന്ധി ജിയും ജയിലിലായി. 1908 ജനവരി 11 നാണ് ഗാന്ധിജി ജയിലിലാ യത്. അങ്ങനെയിരിക്കെ ട്രാൻസ്വാളിലെ പ്രധാനമന്ത്രിയായ ജന റൽ സ്മട്സ് ഗാന്ധിയെ വിളിച്ച് സമരം അവസാനിപ്പിക്കുവാൻ പറ ഞ്ഞു. 'കറുത്ത' നിയമം റദ്ദാക്കി തടവുകാരെ വിട്ടയച്ചാൽ സത്യാ ഗ്രഹം അവസാനിപ്പിക്കാമെന്ന് ഗാന്ധി വാഗ്ദാനം ചെയ്തു. ഇന്ത്യ ക്കാർ സ്വയം മുന്നോട്ടു വന്ന് പേര് രജിസ്റ്റർ ചെയ്താൽ മതിയെ ന്നായിരുന്നു സ്മട്സിന്റെ ഒത്തുതീർപ്പ്. ഇത് ഗാന്ധിജിക്കും സമര ക്കാർക്കും ഇഷ്ടപ്പെട്ടില്ല. തങ്ങൾ രജിസ്റ്റർ ചെയ്ത് കൈവശം വെച്ചി രുന്ന രണ്ടായിരം കാർഡുകൾ ഇന്ത്യക്കാർ പരസ്യമായി കത്തിച്ചു. ട്രാൻസ്വാളിൽ നിയമം ലംഘിച്ച് കടന്നുചെല്ലാൻ കുറച്ചു പേരെ

ഏർപ്പാടാക്കി. ഗാന്ധിജി അവരെ നയിച്ചു. അങ്ങനെ 1908 ഒക്ടോ ബർ 10 ന് ഗാന്ധിയെ വീണ്ടും അറസ്റ്റ് ചെയ്തു. 1908 ഡിസംബർ 11 ന് അദ്ദേഹത്തെ മോചിപ്പിച്ചു. എന്നാൽ 1909 ഫിബ്രവരി 25-ാം തീയ്യതി വീണ്ടും ഗാന്ധിജിയെ ജയിലിലടച്ചു. തടവിലാക്കപ്പെട്ട ഇന്ത്യക്കാരുടെ കുടുംബത്തെ സഹായിക്കുവാൻ ഗാന്ധിജിയുടെ സുഹൃത്തായ കല്ലൻ ബ്ലാക്ക് തയ്യാറായി. അദ്ദേഹം 'ലോലി' എന്ന സ്ഥലത്ത് ഗാന്ധിജിക്ക് ആയിരം ഏക്കർ സ്ഥലം വാങ്ങിക്കൊടു ത്തു. ടോൾസ്റ്റോയി ഫാം എന്ന പേരിൽ ഒരു മാതൃകാ കൂട്ടുകൃഷി സ്ഥാപനം ഗാന്ധിജിയുടെ ആശയപ്രകാരം അവിടെ സ്ഥാപിച്ചു. സത്യാഗ്രഹത്തിൽ പങ്കെടുത്ത് ജോലിയും വീടും നഷ്ടപ്പെട്ട എല്ലാ വരെയും അവിടെ താമസിപ്പിച്ചു. സർക്കാരിനും സത്യാഗ്രഹികൾക്കു മിടയിൽ മധ്യസ്ഥത വഹിക്കുന്നതിനായി 1912 ഒക്ടോബറിൽ ഗോപാ ലകൃഷ്ണഗോഖലെ ദക്ഷിണാഫ്രിക്കയിലെത്തി. കരിനിയമങ്ങൾ ഒരു വർഷത്തിനകം പിൻവലിക്കുമെന്ന് ജനറൽ ബോത്ത തനിക്ക് വാക്ക് തന്നിട്ടുണ്ടെന്ന് ഗോഖലെ പറഞ്ഞു. എന്നാൽ അത് സംഭ വിച്ചില്ല. വാഗ്ദാന ലംഘനത്തെക്കുറിച്ച് ഗാന്ധിജി ഗോഖലെക്ക് കത്തെഴുതി. കരിനിയമങ്ങൾ പിന്നെയും വർദ്ധിച്ചു. ഗാന്ധിജിക്ക് സഹിച്ചില്ല. 1913 ഒക്ടോബറിൽ ഗാന്ധിജി 6,000 ത്തിലധികം ഇന്ത്യൻ തൊഴിലാളികളെ സംഘടിപ്പിച്ച് ട്രാൻസ്വാളിലേക്ക് ഒരു മാർച്ച് നട ത്തി. നിയമലംഘനമായതിനാൽ മുഴുവനാളുകളെയും ജയിലിലാ ക്കി. തൊഴിലാളികളുടെ ഖനനമേഖലയെ തന്നെയാണ് ജയിലാക്കി മാറ്റിയത്. 1913 ഡിസംബറിൽ ഗാന്ധിജിയെ മോചിപ്പിച്ചു. തന്റെ ആവ ശ്യങ്ങൾ അംഗീകരിച്ചില്ലെങ്കിൽ മറ്റൊരു മാർച്ച് കൂടി നടത്തുമെന്ന് ഗാന്ധി പ്രധാനമന്ത്രിയായ സ്മട്സിനെ ഭീഷണിപ്പെടുത്തി. അവ സാനം ഒരു ഒത്തുതീർപ്പ് കൂടിയേ കഴിയു എന്ന നിലയിലായി. ഭര ണനേതാവായ സ്മട്സ് ഇന്ത്യൻ ജനതക്കെതിരായ എല്ലാ കരിനി യമങ്ങളും റദ്ദ് ചെയ്തു. ഗാന്ധിജിയും അദ്ദേഹത്തിന്റെ സത്യാഗ്ര ഹപ്രസ്ഥാനവും വിജയിച്ചു. അങ്ങനെ നീണ്ട ഇരുപത്തിയൊന്ന് വർഷക്കാലം ദക്ഷിണ ആഫ്രിക്കയിൽ സജീവമായിരുന്ന ഗാന്ധി ദക്ഷിണാഫ്രിക്കയിലെ ഇന്ത്യക്കാരുടെ ക്ഷേമത്തിന് വേണ്ടി അക്ഷീണം പ്രയത്നിച്ചു. താൻ ഏറ്റെടുത്ത കാര്യം നിറവേറ്റപ്പെട്ട തിനാൽ 1915 ൽ ഗാന്ധിജി സ്വദേശത്തേക്ക് മടങ്ങി.

ഗോഖലെയെ കാണുവാൻ ഇംഗ്ലണ്ടിലേക്ക്

ഇന്ത്യയിലേക്ക് മടങ്ങുന്നതിന് മുമ്പ് ഗാന്ധി ലണ്ടനിൽ വെച്ച് തന്നെ കാണണമെന്ന് ഗോഖലെ ആഗ്രഹം പ്രകടിപ്പിച്ചിരുന്നു. അന്ന് ഗോഖലെ ഇംഗ്ലണ്ടിലായിരുന്നു. 1914 ജൂലായ് 18 ന് കസ്തൂർബാ യിക്കും കല്ലൻബ്ലാക്കിനുമൊപ്പം ഗാന്ധി ഇംഗ്ലണ്ടിലേക്ക് കപ്പൽ കയ റി. ലണ്ടനിൽ എത്തുന്നതിന് രണ്ട്ദിവസം മുമ്പ് ഓഗസ്ത് 4 ന് ഒന്നാം ലോകമഹായുദ്ധം പ്രഖ്യാപിക്കപ്പെട്ടു. ലണ്ടനിലെത്തിയ ഗാന്ധിജിക്ക് ഗോഖലെയെ കാണാൻ സാധിച്ചില്ല. ആരോഗ്യപ്രശ്നം കാരണത്താൽ അദ്ദേഹം പാരീസിൽ പോയിട്ടുണ്ടായിരുന്നു. തിരി ച്ചെത്തുന്നതുവരെ ലണ്ടനിൽ തന്നെ കഴിഞ്ഞു. ഇംഗ്ലണ്ടിലെ ഇന്ത്യ ക്കാരുടെ യോഗം വിളിച്ച് ചേർത്ത് യുദ്ധത്തിൽ ഇന്ത്യക്കാർ തങ്ങളുടെ കർത്തവ്യം നിറവേറ്റണമെന്ന് ഗാന്ധിജി ആഹ്വാനം ചെയ്തു. ഇംഗ്ലണ്ടിന് സാധ്യമായ എല്ലാ സഹായവും ചെയ്യുവാൻ വേണ്ടി ഒരു ആംബുലൻസ് കോർപ്സ് സംഘടിപ്പിച്ചു. അധികം വൈകാതെ ഗോഖലെ തിരിച്ചെത്തി. യുദ്ധത്തെക്കുറിച്ചും മറ്റു കാര്യ ങ്ങളെക്കുറിച്ചും ഗാന്ധിജിയും. ഗോഖലെയും കല്ലൻബ്ലാക്കും തമ്മിൽ സംസാരിച്ചു. അവിടെവെച്ച് ഗാന്ധിജിക്ക് പ്ലൂറിസി എന്ന രോഗം ബാധിച്ചു. ഡോക്ടർ ജീവരാജ് മേത്തയാണ് ചികിത്സിച്ച ത്. ഡോക്ടറുടെ ഉപദേശപ്രകാരം ഗാന്ധിജി പെട്ടെന്നുതന്നെ ഇന്ത്യ യിലേക്ക് മടങ്ങി.

ശാന്തിനികേതനവും സത്യാഗ്രഹാശ്രമവും

ഗാന്ധിജിയെ സ്വീകരിക്കുവാൻ ബോംബെയിൽ വൻ ജനാവലി കാത്തുനിൽക്കുന്നുണ്ടായിരുന്നു. 1915 ജനുവരി 15 നാണ് അദ്ദേ ഹം. ബോംബെയിൽ കപ്പലിറങ്ങിയത്. ഗാന്ധിജി ആഫ്രിക്കയിൽ നടത്തിയ സത്യാഗ്രഹവും അതിൽ അദ്ദേഹം നേടിയ വിജയവും എല്ലാവരും അറിഞ്ഞിരുന്നു. അതിന്റെ പശ്ചാത്തലത്തിലാണ് അതി ഗംഭീരമായ സ്വീകരണം ഗാന്ധിക്ക് ലഭിച്ചത്. ഗാന്ധിജി ബോംബെ യിലെത്തുന്നതിനു മുമ്പ് തന്നെ മറ്റൊരു കപ്പലിൽ ഫിനിക്സ് കുടുംബം ഇന്ത്യയിലെത്തിയിരുന്നു. ശാന്തിനികേതനിലാണ് അവർ താമസിച്ചത്. ഗോഖലെ പൂനയിലായിരുന്നു. ഗോഖലെയുടെ ആരോഗ്യം മോശമായിരുന്നതിനാൽ ഗാന്ധിജി അദ്ദേഹത്തെ ചെന്നു കണ്ടു. ഫിനിക്സ് കുടുംബത്തോടൊപ്പം താമസിക്കുവാൻ പര്യാ പ്തമായ ഒരു ആശ്രമം പണിയലാണ് അടുത്ത പദ്ധതിയെന്ന് ഗാന്ധിജി ഗോഖലെയെ ബോധിപ്പിച്ചു. ആശ്രമം ഗുജറാത്തിലായി രിക്കണം. ഒരു ഗുജറാത്തിയെന്ന നിലയ്ക്ക് ഗുജറാത്തിന് സേവനം ചെയ്യുന്നതിലൂടെ രാജ്യത്തിന് മുഴുവനായി സേവനം ചെയ്യുന്നതാ ണ് ഉചിതമെന്ന് ഗാന്ധിജി കരുതി. പിന്നീട് രാജ്കോട്ടിലും പോർബ ന്തറിലും ബന്ധുക്കളെ കാണുവാൻ പോയ ഗാന്ധിജി ശാന്തിനികേ തനിലേക്ക് മടങ്ങി. ഗോഖലെയുടെ മരണവാർത്ത അവിടെ നിന്നാണ് ഗാന്ധിജി അറിഞ്ഞത്. ഇത് അദ്ദേഹത്തെ വളരെയധികം ദുഃഖിപ്പിച്ചു. ശാന്തിനികേതനിൽ വെച്ച് ഗാന്ധിജി ആദ്യമായി ടാഗോ റിനെ കണ്ടു. സി.എഫ്. ആൻഡ്രൂസും അവിടെ ഉണ്ടായിരുന്നു. ഫിനിക്സ് സംഘത്തിന് ശാന്തിനികേതനിൽ പ്രത്യേകം സ്ഥലം ഏർപ്പെടുത്തിയിരുന്നു. മദൻലാൽ ഗാന്ധിയായിരുന്നു അവരുടെ തലവൻ.

തന്റെ കർമ്മപരിപാടി ഏതു രൂപത്തിലാണ് വേണ്ടതെന്ന് ഗാന്ധിജി ചിന്തിച്ചു. അതിനുവേണ്ടി ഗുജറാത്തിൽ സ്ഥാപിക്കാനു ദ്ദേശിച്ച ആശ്രമത്തിന് അഹമ്മദാബാദ് നഗരത്തിന്റെ സമീപത്ത് ബഹളങ്ങളിൽനിന്നകന്ന് സ്ഥിതി ചെയ്യുന്ന പ്രദേശമാണ് തെര ഞ്ഞെടുത്ത്. അങ്ങനെ കോച്ച്റബ് എന്നസ്ഥലത്താണ് ലോകപ്ര സിദ്ധമായ സബർമതി ആശ്രമം (സത്യാഗ്രഹാശ്രമം) സ്ഥാപിച്ചത്. അദ്ദേഹത്തിന്റെ വിശ്വസ്തരായ ഇരുപത്തിയഞ്ച് ശിഷ്യന്മാരും ഗാന്ധിജിയും കുടുംബവും അവിടെ താമസിച്ചു. 1915 മെയ് 15 നാണ് സത്യാഗ്രഹാശ്രമം സ്ഥാപിതമായത്. അവിടെയുണ്ടായിരുന്നവർ ഒരു പൊതു അടുക്കളയിൽ ഒരുമിച്ച് ഭക്ഷണം കഴിക്കുകയും ഒരു കുടുംബമായി ജീവിക്കാൻ ശ്രമിക്കുകയും ചെയ്തു. ജനങ്ങളെ സേവിക്കണമെങ്കിൽ സത്യം, അഹിംസ, ബ്രഹ്മചര്യം, മോഷ്ടിക്കാ തിരിക്കുക, കൈവശം വെക്കാതിരിക്കുക, അണ്ണാക്കിന്റെ നിയ ന്ത്രണം എന്നിവ വേണമെന്ന് ഗാന്ധിജി ആശ്രമവാസികളോട് പറഞ്ഞു.

അഞ്ച് ചെറിയ മുറികളുള്ള കുടിലിന്റെ തുറന്ന വരാന്തയിലാണ് ഗാന്ധിജി ഉറങ്ങിയിരുന്നത്. തെക്ക് ഭാഗത്തുള്ള മുറികളിലൊന്നാ യിരുന്നു പഠനമുറി. അടുത്ത പതിനഞ്ച് വർഷങ്ങൾ ഗാന്ധിയുടെ ജീവിത പരീക്ഷണങ്ങളുടെ രാഷ്ട്രീയ സാമ്പത്തിക സാംസ്കാ രിക ആത്മീയ കേന്ദ്രസ്ഥാനമായിരുന്നു സബർമതി.

ആശ്രമത്തിലെ ദിനചര്യകൾ കഠിനമായിരുന്നു.

- രാവിലെ 4 മണി ഉണരൽ
- 4.15 മുതൽ 4.45 വരെ പ്രഭാത പ്രാർത്ഥന
- 5 മണി മുതൽ 6.30 വരെ കുളി, വ്യായാമം, പഠനം.
- 6.30 മുതൽ 7 മണിവരെ സ്ത്രീകളുടെ പ്രാർത്ഥനാക്ലാസ്
- 7 മണിമുതൽ 10.30 വരെ കായികാദ്ധ്വാനം, വിദ്യാഭ്യാസം, ശുചീ കരണം.
- 10.45 മുതൽ 11.15 വരെ ഉച്ചഭക്ഷണം
- 11.15 മുതൽ ഉച്ചയ്ക്ക്12 മണി വരെ വിശ്രമം.
- 12 മുതൽ 4.30 വരെ കായികാദ്ധ്വാനം, പഠനക്ലാസുകൾ
- 4.30 മുതൽ 5.30 വരെ വിനോദം
- 5.30 മുതൽ 6 മണിവരെ രാത്രിഭക്ഷണം
- 6 മണിമുതൽ 7 മണിവരെ വിനോദം
- 7മണിമുതൽ 7.30 വരെ പൊതുപ്രാർത്ഥന
- 7.30 മുതൽ 9മണി വരെ വിനോദം

 o 9 മണിക്ക് ഉറക്കത്തിനുള്ള സമയം.

ഏതെങ്കിലും ഒരു അന്തേവാസി ആശ്രമച്ചിട്ടകൾ ലംഘിച്ചാൽ മൂന്നുതവണ അയാൾക്ക്/അവൾക്ക് തിരുത്താനുള്ള അവസരം നൽകും. ലംഘനം ആവർത്തിക്കുകയാണെങ്കിൽ ആശ്രമ ത്തിൽനിന്ന് പുറത്താക്കുമായിരുന്നു.

ഒരുദിവസം നീചജാതിക്കാരനും അസ്പൃശ്യനുമായ ഒരാൾ ആശ്രമത്തിൽ താമസിക്കാൻ അനുവാദം ചോദിച്ചപ്പോൾ ഗാന്ധിജി സമ്മതിച്ചു. ആശ്രമവാസികൾ എതിർത്തില്ല. എന്നാൽ സവർണ്ണ രുടെ ധനസഹായംകൊണ്ടാണ് ആശ്രമം നടത്തിവന്നിരുന്നത്. ആ സഹായം നിലച്ചു. സാമ്പത്തികപ്രതിസന്ധി നേരിട്ടപ്പോൾ അജ്ഞാ തനായ ഒരു ധനികൻ ഒരുദിവസം 13,000 ഉറുപ്പിക ഗാന്ധിക്ക് കൊടു ത്തു. ഒരുകൊല്ലം ആശ്രമം നടത്തിപ്പോകാൻ അത് മതിയായിരു ന്നു. ഒരുവർഷം കഴിഞ്ഞപ്പോൾ ആശ്രമത്തിന്റെ പ്രശസ്തി വർദ്ധി ച്ചു. ഗാന്ധിജി ഹരിജനോദ്ധാരണ പ്രവർത്തനം തുടങ്ങിയത് ഇങ്ങ നെയാണ്.

ശ്രദ്ധേയമായ ബനാറസ് പ്രസംഗം

കാശിയിൽ ഒരു ഹിന്ദു സർവ്വകലാശാലയുണ്ട്. അതിന്റെ ശിലാ സ്ഥാപനച്ചടങ്ങിൽ പ്രസംഗിക്കാനുള്ള ക്ഷണം ഗാന്ധിജിക്ക് ലഭി ച്ചു. 1916 ഫിബ്രവരി 16 നായിരുന്നു ചടങ്ങ്. പ്രസ്തുതചടങ്ങിൽവെച്ച് പുതുപുത്തൻ സ്വരത്തിൽ ഇന്ത്യയുടെ ശബ്ദം കേൾപ്പിച്ചുകൊണ്ട് ഗാന്ധിജി പ്രസംഗിച്ചു. അത്യുന്നത പദവികൾ വഹിക്കുന്നവരാണ് സദസ്സിലുണ്ടായിരുന്നവരിലധികവും. പലരും ബാഹ്യാഡംബര പ്രിയ രായിരുന്നു. ഗാന്ധിയുടെ പ്രസംഗം കേട്ട് ബ്രിട്ടീഷ് ഓഫീസർമാരും അവരുടെ സുഹൃത്തുക്കളും അവിടെ തടിച്ചുകൂടിയിരുന്ന പ്രധാന ഇന്ത്യക്കാരും കോപത്താൽ ശ്വാസം മുട്ടുന്നുണ്ടായിരുന്നു. എന്നാൽ നിരവധി വിഷയങ്ങൾ നരത്തി നീണ്ട പ്രസംഗമാണ് ഗാന്ധിജി നട ത്തിയത്. ശുദ്ധവായുവിന്റെ ശക്തമായ ഒരു പ്രവാഹംപോലെ ഇരു ട്ടിനെ തുളച്ചുകയറുന്ന സത്യത്തിന്റെ പ്രകാശകിരണം പോലുള്ള ആ പ്രസംഗം ഒരു ചുഴലിക്കാറ്റുപോലെ ബ്രിട്ടീഷ് ഭരണാധികാരി കളെ വട്ടം കറക്കി. എന്നാൽ ആ പ്രസംഗത്തെ ചിലർ തടസ്സപ്പെടു ത്തി. പക്ഷേ, മുഴുമിപ്പിക്കാത്ത ആ പ്രസംഗത്തിന്റെ മാറ്റൊലി ഹിമാ ലയം മുതൽ കന്യാകുമാരി വരെ അലയടിച്ചു. സ്വതന്ത്ര ചിന്തകരും മനുഷ്യത്വമുള്ളവരുമായ കുറെയാളുകൾക്ക് ഗാന്ധിജിയുടെ പുതിയ സ്വരം ചില പുത്തൻചിന്തകളുടെ പാത തുറന്ന് കൊടുത്തു. ഇതിനെ തുടർന്ന് നാടിന്റെ നാനാഭാഗങ്ങളിൽ നിന്നുള്ള സാമൂഹ്യപ്രവർത്ത കരും സംഘാടകരും ഗാന്ധിജിയെ പ്രസംഗിക്കുവാൻ ക്ഷണിച്ചു. തന്റെ ആശയങ്ങൾ പ്രചരിപ്പിക്കുവാൻ ഗാന്ധിജിക്ക് ഇത് സൗകര്യ മായി.

രണ്ട് വർഷത്തോളം ഗാന്ധിജി പലയിടത്തും യാത്ര ചെയ്യുകയും സംസാരിക്കുകയും ചെയ്തു.

രാജകുമാർ ശുക്ലയും ചമ്പാരനും

ബീഹാർ സംസ്ഥാനത്തിന്റെ വടക്കുപടിഞ്ഞാറായി ഹിമാലയ പർവ്വതത്തിന്റെ താഴ്‌വരയിൽ സ്ഥിതി ചെയ്യുന്ന ഒരു ജില്ലയാണ് ചമ്പാരൻ. ബ്രിട്ടീഷ് ഭരണകാലത്ത് അവിടുത്തെ കൃഷിക്കാർക്ക് തീവ്രയാതനകൾ അനുഭവിക്കേണ്ടിവന്നു. സ്വന്തം കൃഷിഭൂമി പോലും അവർക്ക് നഷ്ടമായി. അവിടെ നീലംകൃഷിയായിരുന്നു പ്രധാനം. 1917 ഏപ്രിൽ 10 ന് ചമ്പാരൻ സത്യാഗ്രഹത്തിനായി ഗാന്ധിജി അവിടെ എത്തി. ജനകീയ പ്രശ്നങ്ങൾ പരിഹരിക്കുവാൻ ഉചിതമായ സമരമാർഗ്ഗമാണ് സത്യാഗ്രഹമെന്ന് ഗാന്ധിജി ദക്ഷി ണാഫ്രിക്കയിൽനിന്ന് തന്നെ മനസ്സിലാക്കിയിരുന്നു. രാജകുമാർ ശുക്ല എന്ന നിരക്ഷരനായ ഒരു സാധാരണ ഗ്രാമീണ കർഷകന്റെ നിർബന്ധത്തിന് വഴങ്ങിയാണ് ഗാന്ധിജി ചമ്പാരനിലെത്തിയത്. ചമ്പാരൻ ഗ്രാമത്തിന് മറ്റു നിലയിലും ചരിത്രപ്രാധാന്യമുണ്ട്. ഗംഗ യുടെ പോഷകനദിയായ ഗാണ്ഡക്ക് നദിയും മറ്റൊരു പോഷകന ദിയായ സിക്രഹാനയും ഒഴുകുന്നത് ചമ്പാരനിൽ കൂടിയാണ്. സീതാ ദേവിയുടെ ജന്മഭൂമിയും വാൽമീകി മഹർഷിയുടെ ആശ്രമവും പാണ്ഡവന്മാർ അജ്ഞാതവാസം അനുഷ്ഠിച്ച വിരാടരാജധാ നിയും ഈ സ്ഥലത്താണെന്ന് വിശ്വസിക്കപ്പെടുന്നു. പതിനാറാം നൂറ്റാണ്ടിൽ സിക്കന്തർ ലോധി ചമ്പാരന്റെയും അയൽ പ്രദേശമായ തിർഹാട്ടിന്റെയും ആധിപത്യം സമ്പാദിച്ചതോടെ ഇത് മുസ്ലിം സാമ്രാജ്യത്തിന്റെ ഭാഗമായെന്നും ചരിത്രം രേഖപ്പെടുത്തുന്നു. 1765 ൽ ഷാ ആലം ചമ്പാരൻ ഈസ്റ്റ് ഇന്ത്യാകമ്പനിക്ക് ഗ്രാന്റായി കൊടു ത്തു. വലിയ എസ്റ്റേറ്റുകൾ നിറഞ്ഞതാണ് ഈ ജില്ല. യൂറോപ്യൻ മാർക്കറ്റിൽ നീലം വളരെ വില പിടിച്ച വസ്തുവായിരുന്നു. ഇത് ലോകത്തിൽ പ്രധാനമായും അന്ന് കൃഷിചെയ്തിരുന്നത് ചമ്പാ

രൻ ജില്ലയിലായിരുന്നു. അതിനാൽ വെള്ളക്കാർ ഇവിടെ തള്ളി ക്കയറി താവളമുറപ്പിക്കുകയും ജന്മിമാരായി മാറിയിട്ട് ഭൂമിയുടെ അവകാശം കൈവശപ്പെടുത്തുകയും ചെയ്തു. ഇന്ത്യക്കാർക്ക് തന്നെ കൃഷി ചെയ്യാൻ പാട്ടത്തിന് കൊടുക്കുകയും പാട്ടത്തിന് കൊടുത്ത ഭൂമിയിൽ നീലം കൃഷി ചെയ്യാൻ അവരെ നിർബന്ധി ക്കുകയും ചെയ്തു. നീലംകൃഷി തുടങ്ങിയശേഷമാണ് ബ്രിട്ടീഷു കാരുടെ തനിനിറം കൃഷിക്കാർക്ക് മനസ്സിലായത്. കൃഷി ചെയ്യുന്ന നിലം തുച്ഛവിലക്ക് ജന്മിമാർക്ക് കൊടുക്കാൻ പാട്ടക്കാർ നിർബ സ്ഥിതരാകുന്ന ഒരു കരാർ ഉണ്ടാക്കി. ഇത് പ്രകാരം കൃഷിക്കാരൻ തന്റെ പക്കലുള്ള ഭൂമിയിൽ ഇരുപതിൽ മൂന്ന് ഭാഗത്ത് നീലം കൃഷി ചെയ്യണമെന്ന് നിർബന്ധമായിരുന്നു. 'തീൻ കഠിയ' എന്നായിരുന്നു ഈ സമ്പ്രദായത്തിന്റെ പേര്. ഇരുപത് കഠിയയിൽ അതായത് ഒരേ ക്കർ ഭൂമിയിൽ തീൻ അഥവാ മൂന്ന് കഠിയ സ്ഥലത്ത് നീലം കൃഷി നിർബന്ധമാക്കിയതിനാലാണ് ഈ പേര് വന്നത്. ഈ സമ്പ്രദായം കൃഷക്കാർക്ക് ഇഷ്ടമായിരുന്നില്ല. എതിർപ്പുകൾ ഫലവത്തായി ല്ല. അങ്ങനെയാണ് രാജകുമാർ ശുക്ലയുടെ നിർബന്ധപ്രകാരം ഗാന്ധിജി ചമ്പാരനിലെത്തിയത്. രണ്ടുദിവസം മാത്രം ചമ്പാരനിൽ തങ്ങാൻ പോയ ഗാന്ധിജി കൃഷിക്കാരുടെ ദുരവസ്ഥ കണ്ടപ്പോൾ രണ്ടുവർഷം അവിടെ താമസിക്കുവാനുള്ള മാനസികാവസ്ഥയി ലായി. ചമ്പാരനിലെത്തി കൃഷിക്കാർക്കൊപ്പം ചേർന്ന ഗാന്ധിജിയെ

ജില്ലാഭരണകൂടം വേട്ടയാടി. അവർ അദ്ദേഹത്തോട് ചമ്പാരൻ വിടാൻ ആവശ്യപ്പെട്ടു. ഈ കല്പന ധിക്കരിച്ച ഗാന്ധിജിക്കെതിരെ കേസ് എടുത്തു. ഗാന്ധിജി തന്റെ നിലപാട് കോടതിയെ അറിയിക്കുകയും ദൗത്യം പൂർത്തിയാക്കാതെ ചമ്പാരൻ വിട്ടുപോവുകയില്ലെന്ന് അറി യിക്കുകയും ചെയ്തു. തോട്ടം ഉടമകളേയും ഡിവിഷണൽ പോലീ സ് കമ്മീഷണറെയും കണ്ട് ഗാന്ധിജി സംസാരിച്ചു. എന്നാൽ അവരും ഗാന്ധിജിയുടെ സാന്നിദ്ധ്യം ഇഷ്ടപ്പെട്ടില്ല. ജില്ല വിട്ടു പോകണമെന്ന ഉത്തരവ് നിരസിച്ച ഗാന്ധിജിയെ ഏപ്രിൽ 18 ന് കോടതിയിൽ ഹാജരാക്കുവാൻ അധികൃതർ ഉത്തരവിട്ടു. ഗാന്ധിജി കോടതിയിലേക്ക് കാൽനടയായി പുറപ്പെട്ടു. പത്തുമണിയോടെ കോടതി വളപ്പ് ജനങ്ങളാൽ നിറഞ്ഞു. കൃഷിക്കാർക്കുവേണ്ടി സമരം ചെയ്യുവാൻ വന്ന ഗാന്ധിജിയെ പിന്തുണക്കുവാൻ ഒഴുകി യെത്തിയ ജനസമുദ്രമായിരുന്നു അവിടെ.

ചമ്പാരനിൽ ആർക്കും ഗാന്ധിജിയെ അറിയുമായിരുന്നില്ല. എന്നാൽ ദീർഘകാല സുഹൃത്തിനെപോലെയാണ് അവർ ഗാന്ധി ജിയോട് ഇടപെട്ടത്. കർഷകരുമായുള്ള കൂടിക്കാഴ്ചയിൽ ഈശ്വ രനെയും അഹിംസയെയും സത്യത്തെയുമാണ് ഗാന്ധി മുഖാമുഖം കണ്ടത്.

ഗാന്ധിജിയുടെ സഹകരണമില്ലാതെ ജനങ്ങളെ നിയന്ത്രിക്കു വാൻ കഴിയില്ലെന്ന് അധികാരികൾക്ക് മനസ്സിലായി. ജില്ല വിട്ടുപോ കാമെങ്കിൽ കേസ് ഒഴിവാക്കാമെന്ന് പറഞ്ഞുവെങ്കിലും ഗാന്ധിജി നിരസിച്ചു. അപ്പോൾ 100 രൂപ ജാമ്യം കെട്ടാൻ പറഞ്ഞു. പണമി ല്ലെന്ന് പറഞ്ഞപ്പോൾ സ്വന്തം ജാമ്യത്തിൽ ഗാന്ധിയെ വിട്ടയച്ചു. ചമ്പാരനിലെ സത്യാഗ്രഹം ശക്തിയാർജ്ജിച്ചപ്പോൾ സർക്കാർ മുട്ടു മടക്കി. പ്രശ്നം പഠിച്ച് പരഹിരിക്കുവാൻ ഗാന്ധിജി കൂടി അംഗ മായ കമ്മിറ്റിക്ക് രൂപം നൽകി.

ഇതിന്റെ ഫലമായി ഏകദേശം ഒരു നൂറ്റാണ്ടുകാലം നിലനിന്നി രുന്ന തീൻ കഠിയ സമ്പ്രദായം എന്നന്നേക്കുമായി അവസാനിപ്പി ക്കുവാൻ സാധിച്ചു. ഗാന്ധിജിയുടെ സത്യാഗ്രഹപ്രസ്ഥാനത്തിന്റെ ഇന്ത്യയിലെ പ്രഥമവിജയമായിരുന്നു അത്. ഇന്ത്യയുടെ വടക്കേ അറ്റത്താണ് ഇത് സംഭവിച്ചതെങ്കിലും തെക്ക് കന്യാകുമാരി വരെ ഈ വാർത്ത എത്തിച്ചേർന്നു. ഇന്ത്യൻ സ്വാതന്ത്ര്യസമരത്തിന്റെ ഭാഗ മായി എഴുതിച്ചേർത്ത ധീരമായ ഇതിഹാസത്തിന്റെ ഏടാണ് ചമ്പാ രൻ സത്യാഗ്രഹം ഗാന്ധിജിയുടെ ജീവിതത്തിൽ അവിസ്മരണീയ മായൊരനുഭവമായി.

തുണിമിൽ തൊഴിലാളികളുടെ പ്രക്ഷോഭം

ഗാന്ധിജിക്ക് ബീഹാറിൽ കൂടുതൽ സമയം താമസിക്കാൻ കഴി ഞ്ഞില്ല. മറ്റ് സ്ഥലങ്ങളിൽനിന്ന് ക്ഷണം വന്നു. അഹമ്മദാബാദിൽ തൊഴിൽ അസ്വസ്ഥത ഉടലെടുത്തു. തുണിമിൽ തൊഴിലാളികൾക്ക് കൂലി കൂട്ടികിട്ടാത്തതാണ് പ്രശ്നം. ഗാന്ധി വേഗത്തിൽ അഹമ്മ ദാബാദിലേക്ക് പോയി. സബർമതി ആശ്രമത്തിന്റെ നടത്തിപ്പിന് സാമ്പത്തിക സഹായം ചെയ്യുന്ന അഹമ്മദാബാദിലെ മില്ലുടമകൾ ഗാന്ധിയുടെ സുഹൃത്തുക്കളായിരുന്നു. എന്നാൽ കഷ്ടപ്പെടുന്ന തൊഴിലാളികൾക്ക് നീതി ലഭിക്കണമെന്നുതന്നെ ഗാന്ധിജി തീരു മാനിച്ചു. മില്ലുടമകളുമായി അടുത്ത ബന്ധമുള്ളതിനാൽ തർക്കം മധ്യസ്ഥതീരുമാനത്തിന് വിടാൻ ഗാന്ധിജി ആവശ്യപ്പെട്ടു. എന്നാൽ ഉടമകൾ സമ്മതിച്ചില്ല. അതിനാൽ തൊഴിലാളി നേതാക്കളുമായി ഗാന്ധിജി സംസാരിക്കുകയും വിജയകരമായ ഒരു പണിമുടക്കിന്റെ വ്യവസ്ഥകൾ വിവരിച്ച് കൊടുക്കുകയും ചെയ്തു.

1. ഒരിക്കലും അക്രമം പാടില്ല

2. കരിങ്കാലികളെ ഉപദ്രവിക്കരുത്.

3. യാതൊരുതരത്തിലും സംഭാവനയെ ആശ്രയിക്കരുത്.

4. പണിമുടക്ക് എത്ര നീണ്ടാലും ഉറച്ചുനിൽക്കുകയും ഭക്ഷ ത്തിനുള്ള വക സത്യസന്ധമായ മാർഗ്ഗത്തിലൂടെ കണ്ടെത്തു കയും വേണം.

തൊഴിലാളി നേതാക്കൾ വ്യവസ്ഥകൾ അംഗീകരിച്ചു. ആദ്യത്തെ രണ്ടാഴ്ച തൊഴിലാളികൾ പിടിച്ചുനിന്നു. പിന്നീട് അവർ തളർന്നു. അച്ചടക്കത്തോടെ ആരംഭിച്ച സമരം പിന്നീട് അക്രമത്തിൽ ചെന്നെ ത്തി. ഇത് ഗാന്ധിജിക്ക് നല്ല പാഠമായി. വഴി കാണാതെ തപ്പിത്തട ഞ്ഞുകൊണ്ടിരിക്കെ ഒരുദിവസം രാവിലെ മിൽത്തൊഴിലാളികളുടെ

സമ്മേളനത്തിൽ വെച്ച് ഒരു വെളിച്ചം ഗാന്ധിജിയുടെ മനസ്സിലേക്ക് കടന്നുവന്നു. തൊഴിലാളികൾ ഒറ്റക്കെട്ടായിനിന്ന് ലക്ഷ്യം നേടു ന്നതുവരെ പണിമുടക്ക് തുടരുകയോ ഒരുമിച്ച് മിൽ വിട്ട് പോകു കയോ ചെയ്യുന്നതുവരെ താൻ യാതൊരു ഭക്ഷണവും കഴിക്കി ല്ലെന്ന് ഗാന്ധിജി പ്രഖ്യാപിച്ചു. തൊഴിലാളികൾ ഇടിവെട്ടേറ്റതു പോലെയായി. എന്നാൽ പണിമുടക്ക് തീർപ്പാകുന്നതുവരെ ഉപവ സിക്കുവാൻ ഗാന്ധിജി തീരുമാനിച്ചു. ഉപവാസം കണ്ട് തൊഴിലാ ളികൾ ഒറ്റക്കെട്ടായി ഗാന്ധിജിയെ പിന്തുണച്ചു. മില്ലുടമകളുടെ ഹൃദയം അലിയുകയും പ്രശ്നപരിഹാരത്തിന് അവർ ശ്രമിക്കു കയും ചെയ്തു. ശ്രീ.ആനന്ദശങ്കർ ധ്രുവ ഇടപെടുകയും അദ്ദേ ഹത്തെ മധ്യസ്ഥനായി നിയമിക്കുകയും ചെയ്തു. മൂന്നുദിവസം മാത്രമാണ് ഉപവാസം നീണ്ടത്. സമരം ഒത്തുതീർപ്പായി. പണിമു ടക്ക് പിൻവലിച്ചു. തൊഴിലാളികൾക്ക് മധുരപലഹാരങ്ങൾ വിത രണം ചെയ്ത് മില്ലുടമകൾ ഈ സംഭവത്തെ അവിസ്മരണീയമാ ക്കി. തൊഴിലാളികളുടെ കൂലി 35 ശതമാനം വർദ്ധിപ്പിച്ച് കൊടു ക്കാനായിരുന്നു ഉടമകൾ തയ്യാറായത്.

പട്ടേൽ, ബാങ്കർ, ദേശായി എന്നിവരോടൊപ്പം ഖെയ്റായിൽ

1918 ൽ ഗുജറാത്തിലെ ഖെയ്റാ ജില്ലയിൽ (ഖേഡ ജില്ല) വരൾച്ച മൂലം വിളകൾ നശിച്ചു. കൃഷി നാശമുണ്ടായി. വിളനാശമുണ്ടായ തുകൊണ്ട് ഭൂനികുതി കൊടുക്കാൻ നിവൃത്തിയില്ലാതായി. ഭൂനി കുതി നിയമപ്രകാരം നാലണയ്ക്കുള്ള നികുതിപോലും കിട്ടുന്നി ല്ലെങ്കിൽ കർഷകർക്ക് ആ വർഷത്തെ മുഴുവൻ നികുതിയും റദ്ദാ ക്കാൻ അവകാശപ്പെടാം. എന്നാൽ ഗവൺമെന്റ് കർഷകരുടെ നിവേ ദനമൊന്നും പരിഗണിച്ചില്ല. ഖെയ്റായിലെത്തിച്ചേർന്ന ഗാന്ധിജി പട്ടീദാർമാരോട് സത്യാഗ്രഹം നടത്താൻ ഉപദേശിച്ചു. ആളുകളുടെ ഉറച്ച നിലപാടിന് മാറ്റമൊന്നുമില്ലെന്ന് കണ്ടപ്പോൾ ഗവൺമെന്റ് ബലപ്രയോഗം തുടങ്ങി. ജപ്തിയുദ്യോഗസ്ഥൻ ജനങ്ങളുടെ കന്നു കാലികളെ പിടിച്ച് ലേലം ചെയ്യുകയും എല്ലാ ജംഗമവസ്തുക്കളും പിടിച്ചെടുക്കുകയും ചെയ്തു. ഗാന്ധിജിയുടെ കൂടെ സർദാർ വല്ല ഭായ് പട്ടേൽ, ശങ്കർലാൽ ബാങ്കർ, മഹാദേവ് ദേശായി എന്നിവരും സജീവമായി സമരത്തിൽ പങ്കെടുത്തു.

സത്യാഗ്രഹികൾക്ക് സ്വീകാര്യമാകുന്ന രീതിയിൽ മാന്യമായി സമരം അവസാനിപ്പിക്കാനനുള്ള വഴികൾ ഗാന്ധിജി അന്വേഷിച്ചു. ഒരു മാർഗ്ഗം അപ്രതീക്ഷിതമായി മുന്നിൽ പ്രത്യക്ഷപ്പെട്ടു. സാമ്പ ത്തികശേഷിയുടെ പട്ടീദാർമാർ നികുതിയടക്കുന്ന പക്ഷം കഴിവി ല്ലാത്തവരുടേത് റദ്ദാക്കാമെന്ന് നഡിയാദ് താലൂക്ക് തഹസിൽദാർ ആളെ അയച്ച് അറിയിച്ചു. നിജസ്ഥിതി മനസ്സിലായപ്പോൾ എല്ലാ വർക്കും സംതൃപ്തിയായി. അങ്ങനെ ഗുജറാത്തിലെ കർഷകർക്ക് ഒരുണർവ് നൽകാൻ ഖെയ്റാ സമരത്തിന് കഴിഞ്ഞു. വിദ്യാസമ്പ ന്നരായ പൊതുപ്രവർത്തകർക്ക് കർഷകരുടെ യഥാർത്ഥ ജീവിത വുമായി സമ്പർക്കം സ്ഥാപിക്കാനും ഇതുമുഖേന സാധിച്ചു.

റൗളത്ത് നിയമം

യുദ്ധംകൊണ്ട് ബ്രിട്ടൻ ആകെ തളർന്നിരുന്നു. 1918 ൽ ജർമ്മനി തുടങ്ങിവെച്ച ലോകമഹായുദ്ധം തുടരുകയായിരുന്നു. യുദ്ധകാലത്ത് ഇന്ത്യക്കാരെ ബ്രിട്ടീഷ് പട്ടാളത്തിൽ ചേർക്കാൻ ഗാന്ധിജി ഉത്സാ ഹിച്ചു. എല്ലാവർക്കും ഇതൊരു വിരോധാഭാസമായി തോന്നി. കാരണം ഗാന്ധിജി അംഹിസാവാദിയാണല്ലോ. ഇന്ത്യക്കാർ സ്വയം ഭരണം ആഗ്രഹിക്കുന്നവരായിരുന്നു. സാമ്രാജ്യയുദ്ധത്തിൽ വില പേശാതെ പങ്കെടുത്താൽ സ്വരാജ്യം ലഭിക്കാൻ എളുപ്പമാണെന്ന് ഗാന്ധിജി വിശ്വസിച്ചു. ഇന്ത്യക്കാർക്ക് അനുവദിച്ചിരുന്ന നാമമാത്ര മായ സ്വാതന്ത്ര്യം പോലും യുദ്ധകാലത്ത് നിയന്ത്രിച്ചിരുന്നു. പ്രസം ഗങ്ങൾ, പത്രങ്ങളിലെ തുറന്നെഴുത്ത് എന്നിവ നിഷേധിക്കപ്പെട്ടു. യുദ്ധകാലത്തെ പട്ടാളറിക്രൂട്ട്മെന്റിനിടയിൽ ഗാന്ധിജിയുടെ ആരോ ഗ്യം വഷളായി. വയറിളക്കംമൂലം ശരീരം തളർന്നു. ആരോഗ്യം വീണ്ടെടുക്കാൻ ഏറെ സമയമെടുത്തു. 1919 ൽ റൗലറ്റ് ആക്ട് നില വിൽ വന്നു. ഭരണകൂടത്തിനെതിരായി നടത്തപ്പെടുന്ന പ്രവർത്ത നങ്ങളെ അമർച്ച ചെയ്യുന്നതിനുവേണ്ടി ഗവൺമെന്റിന് വിശേഷാ ധികാരങ്ങൾ നൽകിക്കൊണ്ട് പാസ്സാക്കിയ നിയമമാണിത്. സർക്കാർ വിരുദ്ധ പ്രവർത്തനങ്ങളിൽ ഏർപ്പെടുന്നവരെയും സംശയമുള്ള വ്യക്തികളെയും വിചാരണ കൂടാതെ അറസ്റ്റ് ചെയ്യാനും തടങ്കലിൽ വെക്കാനും ഈ നിയമം വ്യവസ്ഥ ചെയ്യുന്നു. റൗലറ്റ് കമ്മിറ്റി റിപ്പോർട്ടിനെതിരെ എല്ലായിടത്തും പ്രക്ഷോഭങ്ങളുണ്ടായി. എന്നാൽ സർക്കാർ അതിന്റെ ശുപാർശകൾ പ്രാബല്യത്തിൽ വരുത്താൻ തീരു മാനിച്ചു. ബിൽ ഇന്ത്യയുടെ ലെജിസ്ലേറ്റീവ് ചേംബറിൽ ചർച്ച ചെയ്തപ്പോൾ സന്ദർശകനായി ഗാന്ധിജി പങ്കെടുത്തു. ഗാന്ധി, മഹാദേവ് ദേശായിക്കൊപ്പം മദ്രാസിലേക്ക് പോയി. അവിടെവെ ച്ചാണ് തന്നെ ഏറെ ആകർഷിച്ച സി.രാജഗോപാലാചാരിയെ ആദ്യ മായി കണ്ടത്. നേതാക്കളുടെ ചെറിയ സമ്മേളനം നടക്കുകയും

റൗലറ്റ് ബില്ലിന്റെ പ്രത്യാഘാതങ്ങൾ ഗാന്ധി അവർക്ക് വിശദീക രിച്ച് കൊടുക്കുകയും ചെയ്തു. അഖിലേന്ത്യാ ഹർത്താൽ എന്ന ആശയം ഗാന്ധി ആദ്യമായി വിഭാവനം ചെയ്തു. 1919 മാർച്ച് 30 നാണ് ആദ്യം തിയ്യതി നിശ്ചയിച്ചതെങ്കിലും പിന്നീടത് ഏപ്രിൽ 6 ലേക്ക് മാറ്റി. ഹർത്താലിൽ പങ്കെടുക്കാൻ ഗാന്ധി മദ്രാസ് വിട്ട് ബോംബെയിലേക്കു പോയി. ആസേതുഹിമാചലം ആ ദിവസം തികച്ചും മരവിച്ചപോലെയായി. ഹർത്താലിന് ആഹ്വാനം ചെയ്ത ഗാന്ധിജി പോലും ഇത്രയ്ക്ക് പ്രതീക്ഷിച്ചില്ല. ഹർത്താൽ സമ്പൂർണ്ണ മായിരുന്നു. സർക്കാരിന്റ നടപടിയിൽ പ്രകോപിതരാകരുതെന്ന് ഗാന്ധിജി ആവശ്യപ്പെട്ടു. എന്നാൽ പല സ്ഥലത്തും സംഘർഷമു ണ്ടായി. അഹമ്മദാബാദിലും പഞ്ചാബിലും അസ്വസ്ഥതകളുണ്ടാ യപ്പോൾ അഹിംസ പ്രചരിപ്പിക്കാൻ ഗാന്ധി അവിടേക്ക് പുറപ്പെ ട്ടു. എന്നാൽ പഞ്ചാബിലേക്കുള്ള യാത്രാമധ്യേ പാൽവാൽ സ്റ്റേഷ നിൽ വെച്ച് അറസ്റ്റ് ചെയ്ത് ഗാന്ധിയെ ബോംബെയിലേക്ക് തിരി ച്ചയച്ചു. അവിടെയുള്ള ജനങ്ങൾ ഗാന്ധിജിയെ ആവേശത്തോടെ വരവേറ്റു. പിന്നീട് അദ്ദേഹം അഹമ്മദാബാദിലും സബർമതിയിലും തിരിച്ചെത്തി. എല്ലാവരെയും അതായത് കോടാനുകോടി ജനങ്ങളെ സത്യാഗ്രഹം പഠിപ്പിക്കാൻ കഴിയില്ല. അതൊരു തപസ്സാണ്. അതൊ രിക്കലും അക്രമത്തിലേക്ക് മാറരുത്. വഴി തെറ്റിയാൽ ആ നിമിഷം തന്നെ സമരം നിർത്തലാണ് ഗാന്ധിജിയുടെ ശീലം. അതിനാൽ സത്യാഗ്രഹം പിൻവലിച്ചതായി ഗാന്ധി പ്രഖ്യാപിച്ചു.

പൂന്തോട്ടത്തിലെ കൂട്ടക്കൊല

പഞ്ചാബിലെ ജനങ്ങളുടെ ഇടയിൽനിന്നും അസ്വസ്ഥതകൾ തല പൊക്കി കൊണ്ടിരുന്നു. പൊതുയോഗങ്ങൾ ചേരുന്നത് അവിടെ നിരോധിക്കപ്പെട്ടു. അമൃതസറിൽ ജനങ്ങൾക്ക് സ്വതന്ത്രമായി സഞ്ച രിക്കാൻപോലും അനുവാദമുണ്ടായിരുന്നില്ല. എല്ലാ സമ്മേളനങ്ങളും നിരോധിച്ചുകൊണ്ടുള്ള വിളംബരമുണ്ടായി. എന്നാൽ അത് ജന ങ്ങളിലേക്കെത്തിയില്ല. വിളംബരവിവരം എല്ലാ സ്ഥലത്തും എത്തി യില്ല. പത്രവാർത്തകൾ ഇംഗ്ലീഷിലായതിനാൽ സാധാരണജന ങ്ങൾക്ക് മനസ്സിലായതുമില്ല. സർക്കാറിന്റെ നടപടികളിൽ പ്രതിഷേ ധിച്ച് ജാലിയൻവാലാ ബാഗ് എന്ന പൂന്തോട്ടത്തിൽ യോഗം ചേരു മെന്ന് നേതാക്കൾ അറിയിച്ചു. ചുറ്റുമതിലുകളാലും കെട്ടിടങ്ങളാലും ചുറ്റപ്പെട്ട പൂന്തോട്ടത്തിന് ഒരു എക്സിറ്റ് (പുറത്തേക്കുള്ള വഴി) മാത്രമേ ഉണ്ടായിരുന്നുള്ളു.

1919 ഏപ്രിൽ 13 ന് അവിടെ ഒരു യോഗം ചേർന്നു.

പതിനായിരക്കണക്കിന് ജനങ്ങൾ അവിടെ കൂടിയിരുന്നു. യോഗം തടയാൻ ജനറൽ ഡയർ ഒരു നടപടിയും സ്വീകരിച്ചില്ല. ബ്രിട്ടീഷു കാരുടെ പട്ടാളമേധാവിയാണ് ജനറൽ ഡയർ. മീറ്റിംഗ് ആരംഭിച്ച ഉടൻതന്നെ അദ്ദേഹം സ്ഥലത്ത് എത്തി. കവചിത വാഹനങ്ങളും സൈന്യവുമുണ്ടായിരുന്നു. ഒരു മുന്നറിയിപ്പും നൽകാതെ ഡയറും സംഘവും സാധാരണ ജനങ്ങൾക്ക് നേരെ വെടിയുതിർത്തു. നിരാ യുധരായ ജനങ്ങൾക്ക് നേരെ ആയിരത്തി അറുന്നൂറിലധികം റൗണ്ട് വെടിയുതിർത്തു. അരമണിക്കൂറിനുശേഷം ആ ഹൃദയശൂന്യനും സംഘവും സ്ഥലം വിട്ടു. 379 പേർ വെടിയേറ്റ് മരിച്ചു. നിരവധിയാ ളുകൾക്ക് മുറിവേറ്റു. ഇന്ത്യയുടെ സ്വാതന്ത്ര്യത്തിനുള്ള തീവ്രമായ ആഗ്രഹം ജനഹൃദയങ്ങളിൽ ഉണ്ടാക്കുവാൻ ജാലിയൻ വാലാബാഗ് കൂട്ടക്കൊല കാരണമായി.

ഗാന്ധിജി വളരെയധികം ദുഃഖിച്ചു. പഞ്ചാബിലെ ജനങ്ങളുടെ

ദുരിതങ്ങൾ അദ്ദേഹത്തെ തളർത്തി. ബ്രിട്ടൻ നൽകുന്ന ബഹുമ
തികളൊന്നും സ്വീകരിക്കരുതെന്ന് ഗാന്ധിജി ജനങ്ങളെ ഉപദേശി
ച്ചു. 1920 അവസാനത്തോടെ ഗാന്ധി ഇന്ത്യൻ നാഷണൽ കോൺഗ്ര
സ്സിന്റെ അനിഷേധ്യനേതാവും തലവനും ആയി മാറി.

ചൗരിചൗര സംഭവം

ഗാന്ധിജി കോൺഗ്രസ്സിന് ഒരു ഭരണഘടനയുണ്ടാക്കി. ഗ്രാമ ങ്ങളിലും നഗരങ്ങളിലും സംഘടനയുടെ ശാഖകൾ രൂപവൽക്കരി ക്കാൻ ഉതകുന്ന വിധത്തിൽ കോൺഗ്രസ്സിനെ ഉടച്ചുവാർത്തു. 1920 –21 കാലത്ത് ഗാന്ധിജി ഇന്ത്യയിലുടനീളം സഞ്ചരിച്ചു. ബ്രിട്ടീഷു കാരുടെ കിരാതവാഴ്ചക്കെതിരെ ഇന്ത്യൻ ജനത ആഞ്ഞടിക്കുവാൻ തുടങ്ങി. വിദേശവസ്ത്രങ്ങൾ ബഹിഷ്ക്കരിക്കുവാൻ ഗാന്ധിജി ആഹ്വാനം ചെയ്തു. ചർക്കയിൽ നൂറ്റ നൂൽകൊണ്ട് നെയ്ത വസ്ത്ര ങ്ങൾ ധരിക്കുവാൻ ജനങ്ങൾ ശീലിച്ചുതുടങ്ങി. ഹോം റൂളിനായി കോൺഗ്രസ് പോരാടുകയായിരുന്നു.

ഗവൺമെന്റുമായി അക്രമരഹിതമായ നിസ്സഹകരണവും ഉചി തമായ സമയങ്ങളിൽ ശ്രദ്ധാപൂർവ്വം തെരഞ്ഞെടുത്ത നിയമങ്ങളെ ധിക്കരിക്കുന്നതുമായിരുന്നു അതിന്റെ പോരാട്ടനയം.

ജവഹർലാൽ നെഹ്റുവിലും അദ്ദേഹത്തിന്റെ സോഷ്യലിസ്റ്റ് വീക്ഷണങ്ങളിലും ഗാന്ധിക്ക് വളരെ മതിപ്പുണ്ടായിരുന്നു. ഗവൺ മെന്റിന്റെ കഠിനമായ മാനോഭാവമായിരുന്നിട്ടും ഏറെ വൈകാതെ ഇംഗ്ലണ്ട് തെറ്റ് തിരുത്തുമെന്ന് ഗാന്ധി വിശ്വസിച്ചു. നിർബന്ധിച്ചി ല്ലെങ്കിൽ ഇംഗ്ലണ്ട് തങ്ങളുടെ നയം മാറ്റില്ലെന്നതാണ് നെഹ്റുവിന്റെ അഭിപ്രായം. 1920 ഓഗസ്ത് 1 ന് വൈസ്രോയി ആയിരുന്നു ചെംസ് ഫോർഡിന് അയച്ച കത്തിൽ ഗാന്ധിജി നിസ്സഹകരണപ്രചാരണ ത്തിന്റെ സൂചന നല്കി. 1915 ൽ തനിക്ക് ലഭിച്ച കൈസർ ഇ ഹിന്ദ് സ്വർണ്ണമെഡലും ഗാന്ധിജി തിരികെ നൽകി. മറ്റു നേതാക്കളോ ടൊപ്പം ഗാന്ധിജി പല സ്ഥലങ്ങളിലും എത്തിച്ചേർന്ന് വ്യത്യസ്ത യോഗങ്ങളിൽ സത്യാഗ്രഹത്തിന്റെ അവശ്യകാര്യങ്ങൾ പ്രസംഗി ച്ചു.

സെപ്തംബർ 4 മുതൽ 9 വരെ കൊൽക്കത്തയിൽ നടന്ന കോൺഗ്രസ് സമ്മേളനത്തിൽ ഗാന്ധിജി നിസ്സഹകരണപ്രമേയം

അവതരിപ്പിച്ചു. അത് പാസാക്കപ്പെട്ടു. 1920 ന്റെ അവസാനഘട്ട ത്തിൽ ഗാന്ധിജി ട്രിപ്പിൾ ബഹിഷ്ക്കരണത്തിന് വേണ്ടി പോരാ ടി. സ്കൂൾ, കോളേജ്, കോടതികൾ എന്നിവയുൾപ്പെടെ സർവ്വതും ബഹിഷ്ക്കരിക്കാൻ ആഹ്വാനം ചെയ്തു.

ബ്രിട്ടീഷുകാരുടെ ശക്തി ഒറ്റയടിക്ക് തകരണം. ഡിസംബർ 26 ന് നാഗ്പൂരിൽ നടന്ന കോൺഗ്രസ് സ്മേളനത്തിലും ഗാന്ധിജി യുടെ പ്രമേയം വൻഭൂരിപക്ഷത്തോടെ പാസായി. ബ്രിട്ടീഷുകാരുടെ നയങ്ങൾക്കെതിരെ ഒരു പരീക്ഷണമെന്ന നിലയിൽ ഒരു ജില്ലയിൽ മാത്രം ചെറിയ തോതിൽ സത്യാഗ്രഹം നടത്തുവാൻ ഗാന്ധിജി തീരുമാനിച്ചു. 87000ത്തിലധികം ജനസംഖ്യയുള്ള ബർദോളിയാണ് അദ്ദേഹം തെരഞ്ഞെടുത്തത്. 1922 ഫെബ്രവരി 1 ന് ഗാന്ധിജി തന്റെ തീരുമാനം ഇന്ത്യയിലെ വൈസ്രോയി ആയിരുന്ന റീഡിംഗ് പ്രഭു വിനെ അറിയിച്ചു. ജനങ്ങൾ ക്ഷമാശീലരാവണമെന്നും പോലീ സിനും പട്ടാളത്തിനുമെതിരെ ഒന്നും ചെയ്യരുതെന്നും അദ്ദേഹം ജില്ല യിലുടനീളം പ്രസംഗിച്ചു. ഈ ഘട്ടത്തിലാണ് ചൗരിചൗരയിൽ നടന്ന അക്രമം ഗാന്ധിജിയെ ഞെട്ടിച്ചത്. ഒരു ഘോഷയാത്ര പോകു മ്പോൾ പോലീസ് പിന്നിൽനിന്ന് വെടിവെച്ചു. പ്രകോപിതരായ ജന ക്കൂട്ടം തിരിഞ്ഞെതിർത്ത് കൈയിൽ കിട്ടിയ ഒരു പോലീസുകാ രനെ കൊന്ന് പോലീസ് സ്റ്റേഷനിൽ കൊണ്ടുപോയി. സ്റ്റേഷൻ തീവെച്ച് നശിപ്പിച്ചു. ഇത് ഗാന്ധിജിയെ വിഷമിപ്പിച്ചു. അദ്ദേഹം സത്യാഗ്രഹ പരിപാടി അപ്പോൾത്തന്നെ ഉപേക്ഷിച്ചു. ജനങ്ങളെ ശാന്തരാക്കുവാൻ വേണ്ടി അദ്ദേഹം വീണ്ടും ഉപവാസം നടത്തി. ഗാന്ധിജിയുടെ മനോഭാവത്തെ ഗവൺമെന്റ് ഗൗനിച്ചില്ല. 1922 മാർച്ച് 10 ന് ഗാന്ധിജി അറസ്റ്റ് ചെയ്യപ്പെട്ടു. മാർച്ച് 22 ന് അദ്ദേഹത്തെ വിചാരണ ചെയ്തു. രാജ്യദ്രോഹക്കുറ്റം ചുമത്തി ഗാന്ധിജിയെ ആറ് വർഷത്തെ തടവിന് ശിക്ഷിച്ചു. അദ്ദേഹത്തെ പൂനയിലെ യെർവാദ സെൻട്രൽ ജയിലിലേക്ക് മാറ്റി. ഈ കേസ് വാദിച്ച ജഡ്ജി ഒരു മഹാമനസ്കനായിരുന്നു. പ്രതിയെ രാജ്യദ്രോഹക്കുറ്റത്തിന് നില വിലുള്ള ചട്ടങ്ങൾ നിർബന്ധിക്കുന്നുണ്ടെങ്കിലും പ്രതിയുടെ മാനു ഷികമായ ഗുണഗണങ്ങളെ അദ്ദേഹം പുകഴ്ത്തിയിരുന്നു.

രോഗബാധിതനായ ഗാന്ധി

യെർവാദ സെൻട്രൽ ജയിലിൽ ആയിരുന്നപ്പോൾ ജനങ്ങൾ നിരാ ശരായി. കൂടുതൽ നേതാക്കൾ അറസ്റ്റ് ചെയ്യപ്പെട്ടു. ജയിലിൽ ഗാന്ധിജി നൂൽനൂൽക്കുകയും എഴുതുകയും ധ്യാനിക്കുകയും ചെയ്തു. ആ കാലത്ത് അദ്ദേഹത്തിന് ഉദരസംബന്ധമായ രോഗം ബാധിച്ചു. 1924 ൽ അപ്പൻഡിക്സ് ബാധിച്ചതുകൊണ്ടാണ് വേദന അനുഭവപ്പെട്ടത്. സർക്കാറിന് പേടിയായി. ഗാന്ധിജിയെ പൂനെയിലെ സൂസൺ ആശുപത്രിയിലേക്ക് മാറ്റി. ഒരു അടിയന്തിര ഓപ്പറേഷൻ ക്രമീകരിച്ചു. ഗാന്ധി സമ്മതിച്ചു. ഓപ്പറേഷൻ വിജയിച്ചു. പക്ഷേ, ആരോഗ്യം പൂർവ്വസ്ഥിതിയിലെത്താൻ വളരെനാളുകൾ വേണ്ടിവ ന്നു. ഗാന്ധിജിയെ വിട്ടയക്കുന്നതാണ് നല്ലതെന്ന് സർക്കാർ കരു തി. അങ്ങനെ അദ്ദേഹം ജയിൽ മോചിതനായി. ബോംബെയിലെ ഒരു സുഹൃത്തിന്റെ വീട്ടിൽ ഗാന്ധിജി കുറച്ചുദിവസം വിശ്രമിച്ചു. തടവിൽനിന്ന് പുറത്തുവന്ന ഗാന്ധിജിയെ ഏറ്റവുമധികം വേദനി പ്പിച്ചത് നാട്ടിൽ പൊട്ടിപുറപ്പെട്ട ഹിന്ദു മുസ്ലിം ലഹളയായിരുന്നു. പ്രശ്നം പരിഹരിക്കാൻ വേണ്ടി അദ്ദേഹം ഉപവസിക്കുന്നതിനെക്കു റിച്ച് ചിന്തിച്ചെങ്കിലും ആരോഗ്യസ്ഥിതി മോശമായതിനാൽ അതിന് മുതിർന്നില്ല.

ബർദോളിയിൽ
ഗാന്ധിയും പട്ടേലും

1925 ൽ അതിഭയങ്കരമായ ക്ഷാമം ബർദോളിയിൽ പടർന്നു. കർഷകർ വലഞ്ഞു. ബോംബെ പ്രവിശ്യാ ഗവൺമെന്റ് ബർദോളി യിൽ 25 ശതമാനം കാർഷികനികുതി വർധന ഏർപ്പെടുത്തി. ഈ വർദ്ധന കുറച്ചുകിട്ടാൻവേണ്ടി അവിടെ സത്യാഗ്രഹം ആരംഭിച്ചു. സർദാർ വല്ലഭായ് പട്ടേലാണ് ഈ പ്രസ്ഥാനം നയിച്ചത്. പട്ടേൽ ഗാന്ധിജിയെ കണ്ടു. അവർ ഒരു തീരുമാനമെടുത്തു. ഗാന്ധിയോ പട്ടേലോ കോൺഗ്രസ് സമരത്തിൽ ഇടപെടില്ല. സമരം പൂർണ്ണ മായും ബർദോളിയിലെ ജനങ്ങൾ നടത്തും. ആവശ്യമായ മാർഗ്ഗ നിർദ്ദേശങ്ങൾ ഗാന്ധിയും പട്ടേലും നൽകി. സമരം തുടങ്ങി. ഗവൺമെന്റ് വിട്ടുവീഴ്ചയ്ക്ക് തയ്യാറായില്ല. അപ്പോൾ ഗാന്ധിജി യുടെ ആഹ്വാനമനുസരിച്ച് ഭാരതമൊട്ടുക്കും ബർദോളിയിലെ കൃഷി ക്കാരോടുള്ള അനുഭാവം പ്രകടിപ്പിച്ച് ഒരു ഹർത്താൽ നടന്നു. നികുതി നിഷേധ സമരം കത്തിപ്പടർന്നു. ബർദോളിയെ 14 സത്യാ ഗ്രഹകേന്ദ്രങ്ങളായി പട്ടേൽ വിഭജിച്ചു. ഒടുവിൽ മറ്റു വഴികളില്ലാതെ സർക്കാർ ചർച്ചക്ക് തയ്യാറായി. ചർച്ചയിൽ അവർ നികുതി വർദ്ധന പിൻവലിക്കാമെന്ന് സമ്മതിച്ചു. കൂടാതെ ജപ്തി ചെയ്ത കൃഷിഭൂ മിയും വീടുകളും തിരികെ നൽകാമെന്നും ഉറപ്പു നൽകി. അങ്ങനെ ബർദോളി സമരം വിജയിച്ചു.

ദണ്ഡിയാത്ര

സമ്പൂർണ്ണസ്വാതന്ത്ര്യമാണ് ഇന്ത്യയുടെ ലക്ഷ്യമെന്ന് 1929 ഡിസം ബർ 31 ന് നടന്ന കോൺഗ്രസ് സമ്മേളനം പ്രഖ്യാപിച്ചു. ജവ ഹർലൽ നെഹ്റു കോൺഗ്രസ്സിന്റെ അധ്യക്ഷനായി. ഈയവസര ത്തിൽ ഇന്ത്യയെ ഒന്നടങ്കം പങ്കെടുപ്പിക്കാൻ കഴിയുന്ന സമരത്തെ കുറിച്ച് ഗാന്ധിജി ആലോചിച്ചു. അപ്പോഴാണ് ബ്രിട്ടീഷ് സർക്കാർ ഉപ്പ് നിയമം കൊണ്ടുവന്നത്. ഈ നിയമപ്രകാരം ഉപ്പ് നിർമ്മിക്കു വാനും വിൽക്കാനുമുള്ള അധികാരം ഗവൺമെന്റിന്റെ കുത്തക യായിരുന്നു. ഉപ്പ് ജനങ്ങളുടെ ഭക്ഷണത്തിന്റെ അനിവാര്യഘടക മായിരുന്നു. അതിനാൽ ഓരോ ഇന്ത്യൻ കുടുംബത്തിനും അത് അത്യന്താപേക്ഷിതമായിരുന്നു. എന്നാൽ വീട്ടാവശ്യത്തിന് പോലും ഉപ്പുണ്ടാക്കാൻ ബ്രിട്ടീഷ്സർക്കാർ അനുവദിച്ചില്ല. അതുകൊണ്ട് കട കളിൽ നിന്ന് വൻവില കൊടുത്ത് ഉപ്പ് വാങ്ങാൻ അവർ നിർബ സ്ധിതരായി. മാത്രമല്ല, ഗവൺമെന്റ് ഉപ്പ് നികുതി ഇരട്ടിയാക്കി. ജന രോഷം ആളിപ്പടർന്നു. ഉപ്പ് നിയമം ഇന്ത്യൻ സ്വാതന്ത്ര്യ സമര ത്തിലെ ഒരു പ്രധാന പ്രശ്നമായി തീർന്നു. ഉപ്പ് നിയമം ജനദ്രോ ഹമെന്ന് മനസ്സിലാക്കിയ ഗാന്ധിജി നിയമം ലംഘിച്ച് ഉപ്പുണ്ടാക്കു വാൻ തീർച്ചപ്പെടുത്തി. ദണ്ഡി കടപ്പുറത്ത് വെച്ച് ഉപ്പുണ്ടാക്കുമെന്ന് ഗാന്ധിജി അന്നത്തെ വൈസ്രോയിയായ ഇർവിൻ പ്രഭുവിനെ അറി യിച്ചു. എന്നാൽ അദ്ദേഹം അവഗണിക്കുകയാണുണ്ടായത്. 1930 മാർച്ച് 12 ന് ഗാന്ധിജി അദ്ദേഹത്തിന്റെ സുപ്രസിദ്ധമായ ദണ്ഡി യാത്ര ാരംഭിച്ചു. തെരഞ്ഞെടുക്കപ്പെട്ട 78 അനുയായികളോടൊപ്പം അദ്ദേഹം സബർമതി ആശ്രമത്തിൽനിന്നും ഏകദേശം 200 മൈൽ ദൂരെയുള്ള ദണ്ഡിയിലേക്ക് മാർച്ച് ചെയ്തു. 24 ദിവസത്തെ കാൽന ടയാത്രയ്ക്കു ശേഷം അദ്ദേഹം ഗുജറാത്തിലെ കടലോരഗ്രാമമായ ദണ്ഡിയിലെത്തി. 1930 ഏപ്രിൽ 6 ന് ഗാന്ധിജിയും അനുയായി

കളും കടപ്പുറത്ത് വെച്ച് ഉപ്പുനിയമം ലംഘിച്ച് ഉപ്പുണ്ടാക്കി. ഇതേ അവസരത്തിൽ ഇന്ത്യയുടെ രണ്ടായിരത്തിൽപ്പരം നാഴിക നീണ്ടു നിൽക്കുന്ന കടൽക്കരയിലെല്ലാം ലക്ഷക്കണക്കിന് ആളുകൾ ഉപ്പു ണ്ടാക്കി നിയമം ലംഘിച്ചു. ഉപ്പ് ലേലത്തിൽ വിറ്റ് സത്യാഗഹനിധി യിലേക്ക് ധനശേഖരണം നടത്തി. ദണ്ഡിയാത്രയ്ക്ക് ജനപ്രീതി അനുദിനം വർദ്ധിക്കുന്നതിൽ ഭയചകിതരായ ബ്രിട്ടീഷ് ഭരണകൂടം ഗാന്ധിജിയെയും ജവഹർലാൽ നെഹ്റുവിനെയും ജയിലിലടച്ചു. ഒരുലക്ഷത്തോളം ജനങ്ങളും ജയിലറകളിലായി. ഉപ്പു സത്യാഗ്ര ഹത്തിന്റെ ജനപ്രീതി ധാരാളം സാധാരണക്കാരായ ജനങ്ങളെ ഇന്ത്യൻസ്വാതന്ത്ര്യസമര പ്രസ്ഥാനത്തിലേക്ക് ആകർഷിച്ചു. ദണ്ഡി യാത്രയിൽ സരോജിനി നായിഡു മഹാത്മാഗാന്ധിയെ അനുഗമിച്ചു എന്നത് പ്രത്യേകം ശ്രദ്ധേയമാണ്. 2500 ൽ പരം വളണ്ടിയർമാരുടെ കൂടെ സരോജിനിനായിഡു 'ധരസന' ഉപ്പ് നിർമ്മാണശാല വളഞ്ഞു. വളണ്ടിയർമാരെ പോലീസ് അറസ്റ്റു ചെയ്തു.

വട്ടമേശ സമ്മേളനം

ഗാന്ധിജിയുടെ അറസ്റ്റ് വിദേശരാജ്യങ്ങളെല്ലാം ശ്രദ്ധിച്ചു. ഗാന്ധി യെ വിട്ടയക്കാനും ഇന്ത്യയുമായി സമാധാനം സ്ഥാപിക്കാനും ലോകരാഷ്ട്രങ്ങൾ സർക്കാരിനോട് ആവശ്യപ്പെട്ടു. ബ്രിട്ടീഷുകാ രുമായി സഹകരിക്കുന്നവരും ഗാന്ധിയെ മോചിപ്പിക്കണമെന്ന് പറ ഞ്ഞു. ജയിലിനുള്ളിലിരിക്കുമ്പോൾ താൻ പുറത്തുള്ളതിനേക്കാൾ അപകടകാരിയാണെന്ന് ഗാന്ധി തെളിയിച്ചു. ഗാന്ധിജി യെർവാദാ ജയിലിനകത്തിരിക്കുമ്പോൾ രാജ്യവ്യാപകമായി നിയമലംഘനം നട ന്നു. നിവൃത്തിയില്ലാതെ അവസാനം 1931ൽ ഗാന്ധിയെയും നെഹ്റുവിനെയും മറ്റ് നേതാക്കളെയും മോചിപ്പിച്ചു.

ജയിൽമോചിതനായ ഗാന്ധി അന്നത്തെ വൈസ്രോയിയായ ഇർവിൻ പ്രഭുവുമായി ഒരു അഭിമുഖം നടത്തി. അഭിമുഖം കുറേദി വസം നീണ്ടു. ഒടുവിൽ ഗാന്ധി -ഇർവിൻ ഉടമ്പടിയിൽ ചർച്ച അവ സാനിച്ചു. എല്ലാ രാഷ്ട്രീയതടവുകാരെയും മോചിപ്പിക്കാമെന്ന് ഇർവിൻ പറഞ്ഞു. അതുകൊണ്ട് നിയമലംഘനം തൽക്കാലം നിർ ത്തിവെക്കാനും ഒരു കോൺഗ്രസ് അംഗത്തെ വട്ടമേശ സമ്മേളന ത്തിലയക്കാനും ഗാന്ധി സമ്മതിച്ചു. ഗാന്ധിയെത്തന്നെയാണ് വട്ട മേശ സമ്മേളനത്തിൽ പങ്കെടുക്കാൻ കോൺഗ്രസ് നിയമിച്ചത്. 1931 ഓഗസ്റ്റിൽ ഒരു ചെറിയ സംഘവുമായി ലണ്ടനിലെത്തി. എന്നാൽ 1931 -32 കാലഘട്ടങ്ങളിൽ ഗാന്ധിയും ബ്രിട്ടീഷ് സർക്കാരും തമ്മിൽ നടന്ന വട്ടമേശസമ്മേളനങ്ങൾകൊണ്ട് കാര്യമായ ഗുണമൊന്നുമു ണ്ടായില്ല. ബ്രിട്ടീഷുകാരുടെ മനസ്സിൽ ഇന്ത്യയെ ഭിന്നിപ്പിച്ചു ഭരി ക്കുക എന്ന ചിന്ത മാത്രമാണുണ്ടായത്. ഹിന്ദുക്കളും മുസ്ലിങ്ങളും തമ്മിലുള്ള വ്യത്യാസങ്ങൾ ഉയർത്തിക്കാട്ടി ഇന്ത്യയിലെ വർഗീയ സംഘർഷം കൂടുതൽ വഷളാക്കാൻ മാത്രമാണ് വട്ടമേശസമ്മേളനം സഹായിച്ചത്. എന്നാൽ വട്ടമേശ സമ്മേളനത്തിനുവേണ്ടി 84 ദിവസം ഇംഗ്ലണ്ടിൽ ചെലവഴിച്ച ഗാന്ധി മിക്കസമയവും ആളുകളെ കാണു

കയും സംസാരിക്കുകയും ചെയ്തു. ഗാന്ധി പലരുടെയും ഹൃദയം കവർന്നു. ബ്രിട്ടീഷ് രാജാവിന്റെയും രാജ്ഞിയുടെയും ഒരു ചായ സൽക്കാരത്തിലും ഗാന്ധിജി പങ്കെടുത്തു.

പൂനെ കരാറും സേവാഗ്രാമവും

ഗവൺമെന്റ് അടിച്ചമർത്തൽ നയങ്ങളിലേക്ക് വീണ്ടും മടങ്ങു ന്നതായി ഗാന്ധിക്ക് തോന്നി. ബ്രിട്ടീഷുകാർ പുതിയ ഭരണപരിഷ് കാരങ്ങൾ കൊണ്ടുവന്നു. അധകൃതർക്ക് അവർ പ്രത്യേകം നിയോ ജകമണ്ഡലങ്ങൾ ഏർപ്പെടുത്തി. തൊട്ടുകൂടാത്തവർക്ക് സ്വന്തം ജാതിയിൽപെട്ടവർക്കു മാത്രമേ വോട്ട് ചെയ്യാൻ കഴിയൂ. ഗാന്ധിജി ഹിന്ദുമതത്തെ ഏകവും അവിഭാജ്യവുമായി കാണുന്നു. ബ്രിട്ടീഷു കാരുടെ തന്ത്രം ഇന്ത്യക്കാരെ ഭിന്നിപ്പിക്കാനുള്ളതാണ്. മാക് ഡൊണാൾഡിന്റെ വർഗീയവിധിക്കെതിരെ 1932 സെപ്തംബർ 21 ന് ഗാന്ധി യെർവാദാ ജയിലിൽ അനിശ്ചിതകാലനിരാഹാരസമരം ആരംഭിച്ചു. അധഃസ്ഥിതഹിന്ദുസമുദായങ്ങൾക്കുവേണ്ടി പ്രത്യേക നിയോജകമണ്ഡലം എന്ന വിധി ജനങ്ങളിൽ ചേരി തിരിവ് ഉണ്ടാ ക്കുന്നതാണ് എന്ന് കരുതിയ ഗാന്ധി അതിനു പകരം പൊതുമ ണ്ഡലങ്ങളിൽ താഴ്ന്ന ജാതിക്കാർക്കായി സംവരണം ഏർപ്പെടു ത്തുകയാണ് വേണ്ടത് എന്നു വാദിച്ചു. ഒടുവിൽ ഗാന്ധിജിയുടെ നിലപാട് അംഗീകരിക്കപ്പെട്ടു. 1932 സെപ്തംബർ 24 ന് പൂനെ കരാർ എന്ന ഒത്തുതീർപ്പ് വ്യവസ്ഥയുണ്ടാക്കി. ഗാന്ധിജിയുടെ ജീവൻ ഇന്ത്യയുടെ ജീവനാണെന്ന് എല്ലാവർക്കും മനസ്സിലായി. പൂനെക രാർ എന്ന ഒത്തുതീർപ്പ് സാമൂഹ്യമനസ്ഥിതിയിൽ ശക്തമായ പരി വർത്തനങ്ങൾക്ക് തുടക്കം കുറിച്ചു. ഉപ്പ് സത്യാഗ്രഹ സമയത്ത് സബർമതി ആശ്രമവും പരിസരവും സർക്കാർ പിടിച്ചെടുത്തിരുന്നു. അതുകൊണ്ട് വാർധയിലെ സേവാഗ്രാം ആശ്രമത്തിലേക്ക് 1936 ഏപ്രിൽ 20 ന് അദ്ദേഹം താമസം മാറ്റി. ഇത് സമ്മേളനത്തിന്റെ ആസ്ഥാനമായി മാറി. ഗ്രാമീണ ജീവിതവികാസത്തിനാവശ്യമായ പദ്ധതികൾക്ക് സേവാഗ്രാം വഴികാട്ടിയായിത്തീർന്നു.

ആഗാഖാൻ കൊട്ടാരത്തിൽ

1939 ൽ രണ്ടാംലോകമഹായുദ്ധം ആരംഭിച്ചു. ഇംഗ്ലണ്ടും ഫ്രാൻസും നാസി ജർമ്മനിക്കെതിരെ യുദ്ധം പ്രഖ്യാപിച്ചു. ഇന്ത്യൻ നേതാക്കളുമായി കൂടിയാലോചിക്കാതെ യുദ്ധത്തിൽ ഇന്ത്യ സഖ്യ കക്ഷികൾക്കൊപ്പമാണെന്ന് ബ്രിട്ടനോട് അനുഭാവം പുലർത്തിയെ ങ്കിലും അക്രമം തെറ്റാണെന്ന് അദ്ദേഹം വിശ്വസിച്ചു. എന്നാലും ഇന്ത്യ പൂർണ്ണമായും സ്വമേധയാ യുദ്ധത്തിൽ പങ്കെടുക്കണമെങ്കിൽ ഇന്ത്യക്ക് സ്വാതന്ത്ര്യം നൽകണമെന്ന കോൺഗ്രസ്സിന്റെ ഉറച്ച അഭി പ്രായത്തിന് സർക്കാർ പിന്തുണ നൽകിയതുമില്ല. കോൺഗ്രസ്സിന്റെ നിർദ്ദിഷ്ട സഹകരണം ബ്രിട്ടൻ നിരസിച്ചു. ഇതിൽ പ്രതിഷേധിച്ച് കോൺഗ്രസ് മന്ത്രിസഭകൾ ഒന്നടങ്കം രാജിവെച്ചു. ഗാന്ധിക്ക് ഇത് മനോവിഷമം ഉണ്ടാക്കി. കാരണം ബ്രിട്ടൻ ആപത്തിൽ പെട്ടു നിൽക്കുമ്പോൾ അവരോട് വിലപേശുന്നത് ശരിയല്ലെന്ന് ഗാന്ധിജി വിചാരിച്ചു.

1942 ഓഗസ്റ്റിൽ ഓൾ ഇന്ത്യാ കോൺഗ്രസ് ബോംബെയിൽ യോഗം ചേർന്നു. മൗലാന അബ്ദുൾ കലാം ആസാദ് അധ്യക്ഷ നായിരുന്നു. താൽക്കാലിക സർക്കാർ രൂപീകരിക്കണമെന്ന ആവശ്യം ഉയർന്നു. ഗാന്ധിജി പറഞ്ഞ 'സാമ്രാജ്യത്വനയത്തിന് ശാശ്വതമായി കീഴടങ്ങിക്കൊണ്ടു പോകാൻ നമുക്ക് കഴിയില്ല. ഇംഗ്ലീ ഷുകാർ പോകേണ്ട സമയം അതിക്രമിച്ചിരിക്കുന്നു. 1942 ആഗസ്ത് 9 ന് ക്വിറ്റ് ഇന്ത്യ പ്രമേയം തയ്യാറാക്കി സർക്കാരിന് സമർപ്പിക്കാൻ യോഗം പാസ്സാക്കി. ജവഹർലാൽ നെഹ്റു പ്രമേയം അവതരിപ്പി ച്ചു. പട്ടേൽ പിന്താങ്ങി. ജനകീയമുന്നേറ്റം ആരംഭിക്കുന്നതുവരെ സർക്കാർ കാത്തുനിന്നില്ല. ഗാന്ധിജിയും നിരവധി നേതാക്കളും അറസ്റ്റു ചെയ്യപ്പെട്ടു. പൂനെയിലെ ആഗാഖാൻ കൊട്ടാരത്തിലാണ് ഗാന്ധിയെ താമസിപ്പിച്ച് തടങ്കലിലാക്കിയത്.

മഹാദേവ് ദേശായി, കസ്തൂർബാ, ശ്രീമതി നായിഡു, മീരാ ബെൻ എന്നിവരും അവിടെയുണ്ടായിരുന്നു. 1943 ഫിബ്രവരി 10 മുതൽ 21 ദിവസം ഗാന്ധിജി ആഗാഖാൻ കൊട്ടാരത്തിൽ ഉപവസിച്ചു. വൈസ്രോയിയുടെ അന്യായമായ ആരോപണങ്ങൾക്കെതിരെയാണ് ഉപവസിച്ചത്. ഗാന്ധിജി നിരാഹാരത്തെ അതിജീവിച്ചു. ശരീരം ദുർബലമായി. കസ്തൂർബാ ഗാന്ധിയെ പരിചരിച്ചു. എന്നാൽ ഗാന്ധിജിയുടെ ജീവിതസഖിയായ കസ്തൂർബായിയുടെ ആരോഗ്യവും മോശമായിക്കൊണ്ടിരുന്നു. രണ്ട് ഹൃദയാഘാതമുണ്ടായി. ഒരുദിവസം അവർ ഗാന്ധിയുടെ കൈകളിൽ നിശ്ശബ്ദയായി മരിച്ചു. ഗാന്ധിജിയുടെ കാര്യദർശിയായ മഹാദേവ ദേശായിയും ഈ കാലത്താണ് മരണപ്പെട്ടത്. ഡൽഹിയിൽ അടുത്ത വൈസ്രോയിയായി വന്ന വേവൽപ്രഭു 1944 മെയ് 6 ന് എല്ലാ നേതാക്കളെയും മോചിപ്പിച്ചു. ജിന്നയുടെ നേതൃത്വത്തിൽ മുസ്ലിം ലീഗ് ശക്തി പ്രാപിച്ചു. ഇന്ത്യയെ സാമുദായികാടിസ്ഥാനത്തിൽ രണ്ടായി വിഭജിക്കണമെന്ന് ജിന്ന പറഞ്ഞു.

'എന്നെ രണ്ടായി മുറിച്ചുകൊള്ളുക, എന്നാൽ ഇന്ത്യയെ രണ്ടായി മുറിക്കരുത്' എന്ന് ഗാന്ധിജി വിളിച്ചുപറഞ്ഞു.

സ്വാതന്ത്ര്യത്തിലേക്ക്

ഇന്ത്യൻ സ്വാതന്ത്ര്യത്തിനായുള്ള ആവശ്യം ലോകമെമ്പാടുമുള്ള ചോദ്യമായി വളർന്നു. ഇന്ത്യയുടെ ആഗ്രഹത്തിന് പുറമേ അമേരിക്കയും മറ്റ് രാജ്യങ്ങളും ഇന്ത്യക്ക് സ്വാതന്ത്ര്യം നൽകുന്നതിന് ബ്രിട്ടനെ നിർബന്ധിച്ചു. എന്നാൽ വിൻസ്റ്റൺ ചർച്ചിൽ വഴങ്ങിയില്ല. ബ്രിട്ടീഷ് ഖജനാവ് നിറക്കാൻ ഇന്ത്യ ഒരത്യാവശ്യഘടകമായിരുന്നു. 1945 ൽ ജർമ്മനി കീഴടങ്ങിയപ്പോൾ ബ്രിട്ടനിൽ ലേബർ പാർട്ടി അധികാരത്തിൽ വന്നു. ആറ്റ്ലി പ്രധാനമന്ത്രിയായി. ഇന്ത്യയിലെ പ്രശ്നങ്ങൾക്ക് പരിഹാരം കാണുന്നതിനുവേണ്ടി 1947 ഫിബ്രവരി ഇരുപതാംതീയ്യതി ബ്രിട്ടീഷ് പാർലമെന്റിൽ ആറ്റ്ലി നടത്തിയ പ്രഖ്യാപനമാണ് ആറ്റ്ലി പ്രഖ്യാപനം. ഇതനുസരിച്ച് 1948 ജൂൺ ഒന്നിനു മുമ്പ് ബ്രിട്ടീഷ് സർക്കാർ ഇന്ത്യക്കാരിലേക്ക് അധികാരം

കൈമാറുന്നതാണ്. ലൂയി മൗണ്ട് ബാറ്റൺ പ്രഭുവിനെ ഇന്ത്യയിലെ വൈസ്രോയിയായി നിയമിക്കുകയും അധികാരം ഇന്ത്യക്കാരിലേക്ക് കൈമാറുവാനുമുള്ള അധികാരം മൗണ്ട് ബാറ്റണെ ഏൽപ്പിക്കുകയും ചെയ്തു. വൈസ്രോയിയുടെ എക്സിക്യൂട്ടീവ് കൗൺസിലിനു പകരം ഒരു ഇടക്കാല ദേശീയ ഗവൺമെന്റ് രൂപീകരിക്കുന്നതായി ഓഗസ്റ്റ് 24 ന് വൈസ്രോയി പ്രഖ്യാപിച്ചു. ഇടക്കാല ഗവൺമെന്റിന്റെ വൈസ് പ്രസിഡണ്ടായിരുന്നു ജവഹർലാൽ നെഹ്റു. ഇടക്കാല ഗവൺമെന്റിന്റെ സ്ഥാനാരോഹണത്തിനു ശേഷം ഗാന്ധിജി വാർധ യിലെ സേവാഗ്രാമിലേക്ക് പോകാൻ നിശ്ചയിച്ചു. എന്നാൽ അദ്ദേ ഹത്തിന്റെ ഉപദേശം ആവശ്യമുള്ളതിനാൽ കോൺഗ്രസ് നേതാ ക്കൾ ഗാന്ധിജിയോട് കുറച്ചുകാലം ഡൽഹിയിൽത്തന്നെ തങ്ങണ മെന്ന് അഭ്യർത്ഥിച്ചു. തുടർന്ന് മുസ്ലിം ലീഗ് ഇടക്കാലസർക്കാരിൽ ചേരാൻ തീരുമാനിച്ചു. ബംഗാളിലും, കൽക്കത്തയിലും നൗഖാലി യിലും വർഗീയകലാപമുണ്ടെന്നറിഞ്ഞപ്പോൾ ഗാന്ധി ഡൽഹി വിട്ടു പോകാനൊരുങ്ങി. സേവാഗ്രാമിലേക്ക് പോകുന്നതിനുപകരം നവ ഖാലിയിൽ സമാധാനം സ്ഥാപിക്കാൻ ഗാന്ധിജി അവിടത്തേക്ക് പോയി. കലാപം വർദ്ധിച്ചപ്പോൾ ഗാന്ധി നിരാശനായി. സമാധാന സന്ദേശവുമായി അദ്ദേഹം എല്ലാ സ്ഥലത്തും ഓടിനടന്നു. 1946 നവം ബർ 7 ന് കൽക്കത്തയിൽനിന്ന് ആരംഭിച്ച യാത്ര 1947 മാർച്ച് 21 നാണ് അദ്ദേഹം മുഴുമിപ്പിച്ചത്. ജനഹൃദയങ്ങളിൽ പരസ്പരവിശ്വാ സവും പ്രശാന്തതയും കൈവന്നതിനുശേഷമാണ് അദ്ദേഹം അവിടം വിട്ടത്. രാജ്യം വിഭജിക്കണമെന്ന ജിന്നയുടെ ആവശ്യം അംഗീക രിക്കുക എന്നതാണ് തങ്ങളുടെ മുന്നിലെ ഏകവഴിയെന്ന് കോൺഗ്ര സ് മനസ്സിലാക്കി. പാക്കിസ്ഥാൻ രൂപീകരണത്തെ കോൺഗ്രസ് മന സ്സില്ലാമനസ്സോടെ അംഗീകരിച്ചു. ഗാന്ധി നിരാശകൊണ്ട് തലകു നിച്ചു. വിഭജനത്തിന് ഗാന്ധി ഒരിക്കലും അംഗീകാരം നൽകിയിരു ന്നില്ല. എന്നാൽ അത് നടന്നപ്പോൾ അത് അദ്ദേഹം അംഗീകരിക്കു കയും ഹിന്ദു മുസ്ലിം ഐക്യത്തിന് വേണ്ടി കഴിവിന്റെ പരമാവധി ശ്രമിക്കുകയും ചെയ്തു. 1947 ജൂലായ് 18 ന് ബ്രിട്ടീഷ് പാർലമെന്റ് ഇന്ത്യൻ സ്വാതന്ത്ര്യനിയമം പാസാക്കി. ഇന്ത്യൻ സ്വാതന്ത്ര്യ നിയമം അനുസരിച്ച് 1947 ആഗസ്ത് 15 ന് ഇന്ത്യ, പാക്കിസ്ഥാൻ എന്നീ സ്വതന്ത്ര ഡൊമിനിയനുകൾ നിലവിൽ വന്നു. ഇന്ത്യൻ ഡൊമിനി യന്റെ ഗവർണർ ജനറലായി 1947 ആഗസ്ത് 15 ന് മൗണ്ട് ബാറ്റൺ പ്രഭു സത്യപ്രതിജ്ഞ ചെയ്തു. അതായത് 1947 ആഗസ്ത് 15 ന്

ഇന്ത്യ സ്വതന്ത്രയായി. അഹിംസയിലൂടെ ഇന്ത്യൻ സ്വാതന്ത്ര്യ ത്തിന്റെ ശില്പിയായി മാറിയ ഗാന്ധിജിയെ മൗണ്ട് ബാറ്റൺ പ്രഭു പ്രശംസിച്ചു.

മതത്തിന്റെ പേരിൽ വീണ്ടും ലഹളകൾ നടന്നു. വർഗീയ കലാ പത്തിൽ 80,000 ത്തോളം ജനങ്ങൾ മരിച്ചു. പാക്കിസ്ഥാനിൽ നിന്ന് അസംഖ്യം ആളുകൾ അഭയാർത്ഥികളായി ഇന്ത്യയിലേക്ക് വന്നു. രാജ്യമാസകലം കത്തിപ്പടർന്ന വർഗീയ ലഹള അവസാനിപ്പിക്കു വാനും മതസൗഹാർദ്ദം പുനഃസ്ഥാപിക്കുവാനും വേണ്ടി ഗാന്ധിജി വീണ്ടും ഉപവസിച്ചു. 'ഒന്നുകിൽ ശാന്തി, അല്ലെങ്കിൽ മരണം' എന്നാണ് അദ്ദേഹം പറഞ്ഞത്. ശാന്തത പാലിക്കാമെന്ന വാഗ്ദാന ങ്ങൾ നാട്ടിന്റെ നാനാഭാഗത്തുനിന്നും ഉയർന്നു. ഗാന്ധിക്കും അതു ബോധ്യപ്പെട്ടു.

1948 ജനുവരി 18 ന് എല്ലാ സമുദായങ്ങളെയും പ്രതിനിധീകരി ക്കുന്ന ഒരു സമാധാനകമ്മിറ്റി യോഗം ചേർന്നു. മുസ്ലിം ജനവിഭാഗ ത്തിന്റെ ജീവനും സ്വത്തും വിശ്വാസവും സംരക്ഷിക്കുന്ന ഒരു ഉട മ്പടിയിൽ ഒപ്പുവെക്കുകയും ചെയ്തു. ഗാന്ധിജി നിരാഹാരം അവ സാനിപ്പിച്ചു. പതിവ് പ്രാർത്ഥനായോഗങ്ങളിൽ അദ്ദേഹം പങ്കെടു ത്തുകൊണ്ടിരുന്നു. ജനുവരി 20 ന് അദ്ദേഹത്തിന്റെ പ്രാർത്ഥനാ യോഗത്തിനിടെ ഒരു ബോംബ് അദ്ദേഹത്തിന് നേരെ എറിഞ്ഞു വെങ്കിലും ലക്ഷ്യം തെറ്റി. ഒന്നും സംഭവിക്കാത്ത മട്ടിൽ അദ്ദേഹം പ്രാർത്ഥന തുടർന്നു.

നിത്യപ്രകാശമായ് മഹാത്മജി

1948 ജനവരി 30. ഉച്ചയുറക്കത്തിന് ശേഷം 3.30 ന് ഗാന്ധിജി ഉ ണർന്നു. പതിവുപോലെ സന്ദർശകരെത്തിത്തുടങ്ങി. അദ്ദേഹം പ ത്രണ്ടോളം അഭിമുഖ സംഭാഷണങ്ങൾ നടത്തി. 4 മണിക്ക് തന്റെ സന്തത സഹചാരിയും വിശ്വസ്ത അനുയായിയുമായ സർദാർ വ ല്ലഭായ് പട്ടേലുമായിട്ടായിരുന്നു അവസാനത്തെ സംഭാഷണം. നെ ഹ്റു പട്ടേൽ ഭിന്നതകൾ പരിഹരിക്കാനായിരുന്നു പ്രസ്തുത സം ഭാഷണം. പട്ടേലുമായുള്ള ഗൗരവമായ സംഭാഷണം കാരണത്താൽ സമയനിഷ്ഠയുടെ കാര്യത്തിൽ സൂക്ഷ്മ ശ്രദ്ധാലുവായ ഗാന്ധിജി ക്ക് അന്ന് തെറ്റുപറ്റി. ഒടുവിൽ മനുബെൻ വാച്ചിനു നേരെ ആംഗ്യം കാണിച്ചു. (മഹാത്മാ ഗാന്ധിയുടെ അവസാന രണ്ട് വർഷങ്ങളിൽ എപ്പോഴും അദ്ദേഹത്തിന്റെ 'വാക്കിംഗ് സ്റ്റിക്ക്' ആയി അരികിലു ണ്ടായിരുന്നവരാണ് മനുബെൻ ഗാന്ധിയും ആഭാ ഗാന്ധിയും. ഗാ ന്ധിജിയുടെ അകന്ന ബന്ധുവാണ് മനു. ബാപ്പു മനുവിനെ തന്റെ കൊച്ചുമകളായി കണക്കാക്കിയിരുന്നു. ഗാന്ധിജിയുടെ കൊച്ചുമക നായ കനു ഗാന്ധിയുടെ ഭാര്യയാണ് ആഭാ ഗാന്ധി.)

സമയം 5.10 ആയിരുന്നു. പ്രാർത്ഥന തുടങ്ങേണ്ട സമയം കഴി ഞ്ഞിരുന്നു. പതുക്കെ എഴുന്നേറ്റ് അദ്ദേഹം പട്ടേലിനോട് പറഞ്ഞു. 'ദൈവയോഗത്തിന് ഞാൻ പോകേണ്ട സമയമായി'. മനുബെൻ ഗാന്ധിജിയുടെ കണ്ണടയും കോളാമ്പിയും പ്രസംഗമെഴുതിയ നോ ട്ട് ബുക്കും കൈയിലെടുത്തു 'ഊന്നുവടികളായി' മനുവും ആഭ യും ഇരുവശത്തും നിന്നു. ബിർള ഹൗസിലെ തന്റെ മുറിയിൽ നി ന്ന് അവരുടെ തോളിൽ പിടിച്ചുകൊണ്ട് ഗാന്ധിജി അവസാനത്തെ യാത്ര ആരംഭിച്ചു.അഭിവാദനം ചെയ്യുന്ന ആരാധകരെ തൊഴുതു കൊണ്ട് പ്രാർത്ഥനാ സ്ഥലത്തേക്കുള്ള കൽപ്പടവുകൾ കയറുമ്പോൾ അദ്ദേഹം സമയം വൈകിയതിനാൽ 'ഊന്നുവടികളെ' ശകാരി

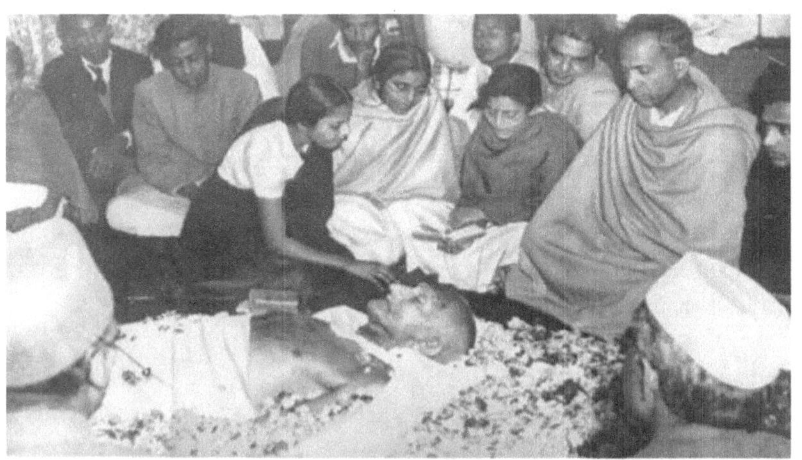

ക്കുന്നുണ്ടായിരുന്നു. പ്രാർത്ഥനക്ക് ഒരു മിനിട്ട് വൈകുന്നത് പോ
ലും ഗാന്ധിജിക്ക് ഇഷ്ടമല്ലായിരുന്നു. ആരാധകർ ഒഴിഞ്ഞ് നിന്ന്
സൃഷ്ടിച്ച വഴിയിലൂടെ ഗാന്ധിജി നടന്നു നീങ്ങി. അപ്പോൾ നാഥു
റാം വിനായക് ഗോഡ്സെ എന്ന മത തീവ്രവാദി രാഷ്ട്രപിതാവി
ന്റെ വധം അനിവാര്യമാക്കുന്നതിന് വേണ്ടി കാത്തു നിൽക്കുകയാ
യിരുന്നു. ബോംബെ പൂന വഴി മധ്യത്തിലുള്ള കാംഷെട്ട് റെയിൽ
വേസ്റ്റേഷനടുത്തുള്ള ഉക്സാൻ ഗ്രാമത്തിൽ ചിത്പവൻ ബ്രാഹ്മ
ണനായ വിനായക് ഗോഡ്സെയുടെ മകനാണ് നാഥുറാം വിനായ
ക് ഗോഡ്സെ. ആ മതഭ്രാന്തൻ കൂപ്പിയ കൈകളോടെ 'നമസ്തേ
ബാപ്പു' എന്ന് പറഞ്ഞു കൊണ്ട് ഗാന്ധിജിയുടെ നേർക്കടുത്തു. മ
നുബെൻ കരുതിയത് അയാൾ ഗാന്ധിജിയുടെ കാൽക്കൽ നമസ്
കരിക്കുവാൻ പോവുകയാണെന്നാണ്. മനുബെൻ പറഞ്ഞു 'ബാ
പ്പു ഇപ്പോൾ തന്നെ പത്ത് മിനിട്ട് വൈകിയിട്ടുണ്ട്. ഒന്ന് മാറി നിൽ
ക്കൂ'. എന്നാൽ ആ വിലക്കിനെ അവഗണിച്ചുകൊണ്ട് ഗോഡ്സെ
മനുവിനെ തള്ളി മാറ്റി. മനുവിന്റെ കൈയിൽ നിന്ന് രുദ്രാക്ഷമാല
യും പുസ്തകവും താഴെ വീണു. അതെടുക്കുവാൻ കുനിഞ്ഞപ്പോൾ
നാഥുറാം വിനായക് ഗോഡ്സെ തന്റെ കൈകളിൽ ഒളിപ്പിച്ചിരുന്ന
കറുത്ത നിറത്തിലുള്ള ചെറിയ ഇറ്റാലിയൻ ബെറെറ്റ പിസ്റ്റൾ ഉപ
യോഗിച്ച് ഗാന്ധിജിയുടെ വയറ്റിലേക്കും നെഞ്ചിലേക്കും മൂന്നുത
വണ വെടിവെച്ചു. സ്നേഹത്താൽ മിടിക്കുന്ന ആ ഹൃദയത്തിലേ
ക്ക് വെടിയുണ്ടകൾ തുളഞ്ഞ് കയറി. 'ഹേ റാം' എന്ന പ്രാർത്ഥന

യോടെ ഗാന്ധിജി മണ്ണിലേക്ക് കുഴഞ്ഞ് വീണു. ഇന്ത്യാ ചരിത്ര ത്തിലെ ഏറ്റവും ദു:ഖകരമായ സന്ദർഭത്തിന് പ്രകൃതിയും മൗന സാക്ഷിയായി. നിമിഷങ്ങൾക്കകം മഹാത്മാഗാന്ധി മരണപ്പെട്ടു. ഗാന്ധിജിയുടെ വസ്ത്രാഞ്ചലത്തിൽ ബന്ധിച്ചിരുന്ന ഇംഗർസോൺ വാച്ചിൽ അപ്പോൾ സമയം 5.17 ആയിരുന്നു. ദുരന്ത വാർത്തയറി ഞ്ഞയുടൻ തന്നെ സർദാർ പട്ടേൽ ബിർല മന്ദിരത്തിൽ കുതിച്ചെ ത്തി. പരിഭ്രാന്തനായ അദ്ദേഹം ഗാന്ധിയുടെ കണങ്കൈ പിടിച്ച് നാഡീസ്പന്ദനമുണ്ടോയെന്ന് നോക്കി. അരികിലുണ്ടായിരുന്ന ഡോ. ബി.പി ഭാർഗവയാണ് വെടിയേറ്റു കിടന്ന മഹാത്മജിയുടെ മരണം സ്ഥിരീകരിച്ചത്.

വിവരമറിഞ്ഞ് ഓടിക്കിതച്ചെത്തിയ ജവഹർലാൽ നെഹ്റു ബിർ ള ഹൗസിന്റെ ഒരു ഗേറ്റിന് മുകളിൽ കയറി നിന്ന് തകർന്ന മന സ്സോടെ ലോകത്തോട് പ്രഖ്യാപിച്ചു.

"Friends…the light has gone out of our lives and there is darkness everywhere and I do not quite know what to tell you and how to say it"

സുഹൃത്തുക്കളേ,

നമ്മുടെ ജീവിതത്തിൽ നിന്ന് ആ പ്രകാശം പൊലിഞ്ഞു പോ യി. എല്ലായിടത്തും ഇരുട്ടു മാത്രം. എനിക്കറിയില്ല എന്തു പറയ ണമെന്നോ എങ്ങനെ പറയണമെന്നോ. നമ്മുടെ പ്രിയപ്പെട്ട നേതാ വ്, നാം ബാപ്പു എന്ന് വിളിക്കാറുള്ള നമ്മുടെ രാഷ്ട്രത്തിന്റെ പിതാ വ് ഇനിയില്ല'

ഗാന്ധിജിയുടെ വധം ലോകമെങ്ങും ചലനങ്ങളുണ്ടാക്കി. ഇംഗ്ല ണ്ടിലെ ജോർജ് ആറാമൻ രാജാവ്, പ്രധാനമന്ത്രി ക്ലമന്റ് ആറ്റ്ലി, വിൻസ്റ്റൺ ചർച്ചിൽ, സ്റ്റാഫോർഡ് ക്രിപ്സ്, ജോർജ് ബർണാഡ് ഷാ, ഹാരി. എസ്. ട്രൂമാൻ എന്നിങ്ങനെ അനേകം ആളുകൾ ഡൽ ഹിയിലേക്ക് അനുശോചന സന്ദേശമയച്ചു. ഫ്രാൻസിന്റെ പ്രധാന മന്ത്രി ജോർജെസ് ബിദാർഡ് അഭിപ്രായപ്പെട്ടു 'മനുഷ്യസാഹോദ ര്യത്തിൽ വിശ്വസിക്കുന്നവരെല്ലാം ഗാന്ധിജിയുടെ മരണത്തിൽ വി ലപിക്കും'. ഹിന്ദുസ്ഥാൻ ടൈംസ് അന്നത്തെ മുഖപ്രസംഗം ചേർ ക്കുന്ന പേജ് ശൂന്യമാക്കിക്കൊണ്ട് അതിന്റെ നടുവിൽ 'ആരുടെ പാപമോചനത്തിനു വേണ്ടി ഗാന്ധിജി ജീവിച്ചുവോ, അവർ തന്നെ അദ്ദേഹത്തെ വധിച്ചു. ലോക ചരിത്രത്തിലെ ഈ രണ്ടാം ക്രൂശി ക്കൽ നടന്നത്. ഒരു വെള്ളിയാഴ്ചയാണ്. ആയിരത്തിതൊള്ളായി

രത്തി പതിനഞ്ച് കൊല്ലം മുമ്പ് യേശുവിനെ കൊലപ്പെടുത്തിയ അതേ ദിവസം, പിതാവേ, ഞങ്ങളോട് പൊറുക്കേണമേ'. എന്ന് എഴുതി.

വെടിയേറ്റു വീണ പൂന്തോട്ടത്തിൽ നിന്ന് ഗാന്ധിജിയുടെ ദേഹം ബിർള ഹൗസിലേക്ക് മാറ്റി. അവിടെ നിന്ന് വിലാപയാത്രയായി യമുനാനദിയുടെ തീരത്തെ ശ്മശാനമായ രാജ്ഘട്ടിലേക്ക് കൊണ്ടുപോയി. 250 പേരടങ്ങുന്ന കര കടൽ വ്യോമ സൈനികരുടെ ഒരു സംഘമാണ് ശവമഞ്ചം വഹിച്ചുകൊണ്ടുപോയത്. പത്ത് ലക്ഷത്തോളം ആളുകൾ പങ്കെടുത്ത വിലാപയാത്ര ലക്ഷ്യസ്ഥാനത്തേക്ക് എത്തിച്ചേരുവാൻ അഞ്ച് മണിക്കൂറെടുത്തു.

ആ മഹാത്മാവിന്റെ ഓർമ്മകൾക്കു മുമ്പിൽ നമുക്ക് ശിരസ്സ് നമിക്കാം. ഭാവിയിൽ നമ്മളിൽ കൂടുതൽ പേർ ഗാന്ധിജിയുടെ സന്ദേശം കണ്ടെത്തുകയും അത് നമ്മുടെ ദൈനംദിന ജീവിതത്തിന്റെ ഭാഗമാക്കി പ്രവർത്തിക്കുകയും വേണം. നമുക്കേവർക്കും അതിനുള്ള ഊർജ്ജം ലഭിക്കുമാറാകട്ടെ!

സന്ദർഭഗ്രന്ഥങ്ങൾ (റഫറൻസ്)

1. ഗാന്ധിജിയുടെ അന്ത്യപ്രഭാഷണങ്ങൾ – ശൂരനാട് രവി (ഹരിശ്രീ ബുക്സ്)

2 എന്റെ ജീവിതകഥ –കെ.പരമേശ്വര ശർമ്മയുടെ പരിഭാഷ
(നവജീവൻ പബ്ലിഷിംഗ് ഹൗസ്, അഹമ്മദാബാദ്)

3. രാഷ്ട്രപിതാവ് –ജവർഹർലാൽ നെഹ്റു
(സസ്താസാഹിത്യ മണ്ഡൽ പ്രകാശൻ, ഡൽഹി)

4. ഗാന്ധി : ഒരു അർത്ഥനഗ്നവായന – എസ്.ഗോപാലകൃഷ്ണൻ(ഡിസി ബുക്സ്)

5. ഗാന്ധിജി നമ്മുടെ രാഷ്ട്രപിതാവ് – പി.ടി മുരുകച്ചൻ (എച്ച്&സി ബുക്സ്)

6. ഗാന്ധി ക്വിസ് – വി.കെ.ബാലകൃഷ്ണൻനായർ (മാതൃഭൂമി ബുക്സ്)

7. എന്റെ സത്യാന്വേഷണ പരീക്ഷകൾ – എം.കെ.ഗാന്ധി (മാതൃഭൂമി ബുക്സ്)

8. എന്റെ സത്യാന്വേഷണപരീക്ഷണകഥ – പരിഭാഷ : ജോർജ്ജ് ഇരുമ്പയം
(നവജീവൻ പബ്ലിഷിംഗ് ഹൗസ്, അഹമ്മദാബാദ്)

9. മോഹൻദാസ് മഹാത്മാവായ കഥ–സത്യൻ മൊരിയക്കാട്
(പൂർണ്ണോദയ ബുക് ട്രസ്റ്റ്, കൊച്ചി)

10. ഗാന്ധിജി –ജെയ്സൺ കൊച്ചുവീടൻ (വി. പബ്ലിഷേഴ്സ്, കോട്ടയം)

11. ഗാന്ധിയുടെ ജീവിതദർശനം – കെ.അരവിന്ദാക്ഷൻ

12. ഇന്ത്യ: ഇരുളും വെളിച്ചവും – പി. ഹരീന്ദ്രനാഥ്
(എം.സി അപ്പുണ്ണി നമ്പ്യാർ ട്രസ്റ്റ്, വടകര)

13. ഗാന്ധിജിയുടെ കഥ– രാജകുമാരി ശങ്കർ(ചിൽഡ്രൻസ് ബുക്ക് ട്രസ്റ്റ്, ഡൽഹി)

14. ഗാന്ധിജിയുടെ നാട്ടിലെ കാഴ്ചകൾ– എലിസബത്ത് ജോസഫ്
(മലയാളം നാറ്റീവ് പ്ലാനറ്റ്.കോം)

15. സത്യത്തിന്റെ പരീക്ഷണം – ഗാന്ധിജി–കാശീനാഥ് ത്രിവേദിയുടെ പരിഭാഷ
(നവജീവൻ, അഹമ്മദാബാദ്)

16. സർവ്വോദയം – എം.കെ.ഗാന്ധി (സസ്താ സാഹിത്യ മണ്ഡൽ, ഡൽഹി

17. മഹാത്മാഗാന്ധി കേ വിചാര – ആർ.കെ. പ്രഭി, യു.ആർ.റാവു
(നാഷണൽ ബുക് ട്രസ്റ്റ് ഇന്ത്യ)

18 ദക്ഷിണാഫ്രിക്കയിലെ സത്യാഗ്രഹചരിത്രം – സോമേശ്വർ പുരോഹിത്
(നവജീവൻ, അഹമ്മദാബാദ്)

19. ഗാന്ധിഗംഗ –എം.കെ.ഗാന്ധി – ഡോ.നീര നാഹ്ടയുടെ പരിഭാഷ
(നവജീവൻ, അഹമ്മദാബാദ്)

20. സത്യമാണ് ദൈവം –ആർ.കെ.പ്രഭു (നവജീവൻ, അഹമ്മദാബാദ്

21. ബാ ഔർ ബാപ്പു – മുകുൽ ഭായി കലാർത്ഥി (നവജീവൻ, അഹമ്മദാബാദ്)

22. കുട്ടിക്കാലം : മഹാത്മാഗാന്ധി – ദീപേഷ് കെ.രവീന്ദ്രനാഥ്
(ഒലീവ് പബ്ലിക്കേഷൻസ്)

23. ഗാന്ധിയുടെ നൈതികത - സുജാത
(സർവ്വ സേവാ സംഘ് പബ്ലിഷേർസ്, വാരാണസി)
24. ഗാന്ധിയുടെ ബഹുരൂപത - ബന്ദോപാദ്ധ്യായ് (www.archiv.org)
25. ഗ്രാമസ്വരാജ് - ഹരിപ്രസാദ് വ്യാസ് (നവജീവൻ, അഹമ്മദാബാദ്
26. ഗാന്ധി മാർഗ്ഗം - ആചാര്യ കൃപലാനി
27. മഹാത്മജിയുടെ പ്രപഞ്ചവീക്ഷണം - എം.പി.മത്തായി
28. ഗാന്ധിമാർഗ്ഗം (അഹിംസ- സംസ്കൃതി മാസിക, ന്യൂഡൽഹി)
29. ഗാന്ധിജിയുടെ ജീവിതകഥ - പയ്യന്നൂർ കുഞ്ഞിരാമൻ
(ചിന്ത പബ്ലിഷേഴ്സ്)
30. ഉപ്പുസമരം - പയ്യന്നൂർ കുഞ്ഞിരാമൻ (ചിന്ത പബ്ലിഷേഴ്സ്)
31. മഹാത്മാഗാന്ധി -വിക്കിപീഡിയ
32. സ്വാതന്ത്ര്യസമര ക്വിസ് - ഡോ.സുമലത (ലൈറ്റ് ബുക്സ്)
33. നവഭാരത ശില്പികൾ - കെ.പി.കേശവമേനോൻ
34. ഭാരത് വർഷ് കാ ഇതിഹാസ് (ഹിന്ദി) -ഡോ.അവധ് ബിഹാരി പാണ്ഡെ
(നന്ദകിഷോർ ആന്റ് സൺസ് പബ്ലിഷേർസ്, ചൗക്ക് വാരണാസി -1964)
35. ഗാന്ധിചൈതന്യം - ഡോ.ആർസു (ലിപി പബ്ലിക്കേഷൻസ്)